ചിത്രായനം

Chithrayanam
(Novel)

Ananya G

CHINTHA PUBLISHERS
Thiruvananthapuram

First Edition
November 2021

Published
Chintha Publishers, Thiruvananthapuram

Typesetting
Star Communications, Thiruvananthapuram

Cover Design
Subin Abraham

ISBN : 978-93-90301-96-6

CO - 3042 / 5624

₹ 110

Email: chinthapublishers@gmail.com
Website: www.chinthapublishers.com

Distribution
DESHABHIMANI BOOKHOUSE
H O Thiruvananthapuram 695035

Branch
Head Office Kunnukuzhi • Statue Thiruvananthapuram
KSRTC Bus Station Thiruvananthapuram
KSRTC Bus Station Alappuzha • KSRTC Bus Station Ernakulam
Machingal Lane Thrissur • IG Road Kozhikode
Mavoor Road Kozhikode • NGO Union Building Kannur
Central Bus Terminal Complex Thavakkara Kannur

ചിത്രായനം

(നോവൽ)

അനന്യ ജി

ചിന്ത പബ്ലിഷേഴ്സ്
തിരുവനന്തപുരം-695 035
വില : ₹ 110

അനന്യ ജി

1995 ഒക്ടോബർ 12 ന് ജനിച്ചു. ഡോ. ഗോപി പുതുക്കോടിന്റെയും പി ഗീതയുടെയും മകൾ. ഇംഗ്ലീഷ് സാഹിത്യത്തിൽ കോഴിക്കോട് പ്രൊവിഡൻസ് വിമൻസ് കോളേജിൽ നിന്ന് ബിരുദവും തിരുവനന്തപുരം മാർ ഇവാനിയോസ് കോളേജിൽനിന്ന് ബിരുദാനന്തരബിരുദവും നേടി. ഇപ്പോൾ കോഴിക്കോട് ഗവ. ആർട്സ് ആന്റ് സയൻസ് കോളേജിൽ ഗസ്റ്റ് അദ്ധ്യാപിക. വിദ്യാവാണി കഥാപുരസ്കാരം, ഡി സി ബുക്സ്– കുഞ്ഞുണ്ണിമാഷ് വായനാപുരസ്കാരം, കുട്ടേട്ടൻ പുരസ്കാരം, ഭീമ സ്മാരക പുരസ്കാരം എന്നിവ നേടി. സർഗ്ഗാത്മക രചനയ്ക്ക് കേന്ദ്രമാനവവിഭവശേഷി മന്ത്രാലയത്തിന്റെ ചാച്ചാനെഹ്റു സ്കോളർഷിപ്പ് ലഭിച്ചിട്ടുണ്ട്.

കൃതികൾ: *പട്ടുപാവാട, ചിരിയുടെ തുടക്കം*(കഥകൾ) *സ്വസ്തി, കർത്താവ് ആരെയെല്ലാം സംരക്ഷിക്കും, ഞാൻ സീത* (നോവൽ).

വിലാസം	:	ഗുരുസാഗരം, രാമനാട്ടുകര പോസ്റ്റ് കോഴിക്കോട് 673633
ഫോൺ	:	9400812733
ഇ–മെയിൽ	:	ananyagopi@gmail.com

പ്രസാധകക്കുറിപ്പ്

ഭാവനയ്ക്കൊപ്പം ചരിത്രവും പുരാണ ഇതിഹാസങ്ങളുടെ അംശങ്ങളുമെല്ലാം ചേർത്തുകൊണ്ടുള്ള ആഖ്യാനശൈലി ഏതൊരു കൃതിയെയും നവ്യമായൊരു തലത്തിലെത്തിക്കുന്നു. *ചിത്രായനം* എന്ന കൃതി ശ്രദ്ധേയമാകുന്നതും ഇത്തരമൊരു പശ്ചാത്തലത്തിലാണ്. നമുക്കേറെ പരിചിതമായൊരു പ്രമേയത്തെ ആഴത്തിൽ തെളിഞ്ഞ ഭാഷകൊണ്ടു വിപുലീകരിക്കുന്ന *ചിത്രായനം* വേറിട്ട വായനാനുഭവം പ്രദാനംചെയ്യുന്ന കൃതിയാണ്.

ചിന്ത പബ്ലിഷേഴ്സ്

ആമുഖം

1

അലറിയാർക്കുന്ന കടലിന് നടുവിൽ കൂറ്റൻ പാറക്കെട്ട്. ഓരോ തവണ തിര തലയടിച്ചു കരഞ്ഞപ്പോഴും കടൽത്തറ ഭയാനകമായി വിറച്ചപ്പോഴും ആ പാറകൾ വിതുമ്പി. അതിനുള്ളിലൊരു നിഴലിനെ തടവിലിട്ടിരുന്നു. തിരകൾ തീർത്ത ജനാലയിലൂടെ നിഴലിന്റെ കനവു ചത്ത കണ്ണുകൾ പുറത്തേക്ക് നോക്കി. ആകാശമിരുളുന്നതും വെയിൽ കനക്കുന്നതും ഒരേ നിസ്സംഗതയോടെ അവയിൽ പ്രതിഫലിച്ചു. നിഴൽ മഴയേയോ വെയിലിനെയോ ഭയന്നില്ല. ഒരു മഴത്തുള്ളിയെ വിരലെത്തിച്ചു കൊഞ്ചിക്കാൻ മോഹിച്ചു. അതൊരിക്കലും സാധിച്ചില്ല. കൈകാലുകളുടെ നീക്കങ്ങൾ ചങ്ങല തടഞ്ഞിരുന്നു. എഴുന്നേല്ക്കുകയും അല്പസ്വല്പം നീങ്ങുകയും ചെയ്യാം. അത്രമാത്രം. തുരുമ്പു കയറിയ ചങ്ങല നിഴലിന്റെ ഞരമ്പുകളെ ഞെരിച്ച് ഉപയോഗശൂന്യമാക്കി. അവ രണ്ട് ആഡംബര വസ്തുക്കൾ പോലെ വശങ്ങളിൽ തൂങ്ങിയാടി. ചങ്ങലയുടെ മറ്റേ അറ്റം നിഴൽ ഇതേവരെ കണ്ടിട്ടില്ല. ഇരുളിലെവിടെയോ മറഞ്ഞിരിപ്പുണ്ടാകണം. ആകാശം തൊട്ട തിരമാലകളല്ലാതെ മറ്റാരും നിഴലിനെ കാണാൻ വന്നില്ല. ഒറ്റപ്പെടൽ നിഴലിനെ തോരാക്കണ്ണീരണിയിച്ചു. ആരെയും ഒന്നിനെയും കാത്തിരിക്കാനില്ല. ഒരുനാൾ താൻ ഇരുട്ടിലലിഞ്ഞു ചേരുമായിരിക്കും! നിഴൽ നെടുവീർപ്പിട്ടു. എങ്ങുനിന്നും ആശ്വാസവാക്കുകൾ കേട്ടില്ല. പാറമേൽ വേരൂന്നിക്കൊണ്ട് പുഞ്ചിരിക്കുന്ന പുൽനാമ്പിനെ നിഴലൊട്ടു കണ്ടതുമില്ല..

* * * *

തിരിച്ചു പോക്ക് സാദ്ധ്യമല്ല. മുന്നിലെ ഇരുളിലേക്കിറങ്ങുകതന്നെ. ഒടുവിലെരു വെളിച്ചം ഉണ്ടായേക്കും. ആദ്യ ചുവടുവെച്ചപ്പോൾ പിന്നിൽ വാതിലടഞ്ഞു. ഒന്നും കാണാനാവുന്നില്ല. സർവ്വത്ര ഇരുട്ട്. നിന്നിട്ടു കാര്യ മില്ല. അവൾ നടപ്പു തുടങ്ങി.

അവഗണനയുടെയും ബഹിഷ്കരണത്തിന്റെയും തീക്ഷ്ണമായ ദുർഗ്ഗന്ധം. ഏറെ നാൾ കെട്ടിക്കിടന്ന വായു അവളുടെ ശ്വാസകോശ അറകളിലേക്ക് പാഞ്ഞു കയറി. തീവ്രമായ വിങ്ങലിൽ ശ്വാസം പതു ക്കെയായി. മുഷ്ടി ചുരുട്ടി ഭ്രാന്തമായി നെഞ്ചിലിടിച്ചപ്പോഴാണ് അത് നേരെ യായത്. കിതപ്പ് ഗുഹാഭിത്തികളിൽ തട്ടി പതിനായിരം മടങ്ങായി, അവ ളുടെ നിലയ്ക്കാത്ത കാലടി ശബ്ദത്തിനു കൂട്ടായിച്ചേർന്നു.

ഗുഹയുടെ നഖങ്ങൾ അവളെ മുറിവേല്പിച്ചു. തൂങ്ങിക്കിടന്ന പാറ കൾ നെറ്റിയിൽ വരഞ്ഞു. ഓഹ്!! അവൾക്കു നില തെറ്റി. വീഴുംമുമ്പെ ഭാഗ്യം പിടിച്ചു നിർത്തി. ഒന്നു നിവർന്നതേയുള്ളൂ. അതാ വീണ്ടും ഓഹ്!! വവ്വാലായിരിക്കും. ജീവനെ തലകീഴായി കിടന്നു പുച്ഛിക്കുന്ന മരണ ചിഹ്ന ങ്ങൾ. കരുണയില്ലാത്ത മുഖമാണവറ്റയ്ക്ക്. ഇരുട്ടിന് നന്ദി. അതിനെ കാണേണ്ടി വന്നില്ലല്ലോ. ഭയമാണവയെ. ആ ഭയം ഇരുട്ടിനു കറുപ്പു പൂശി. നെഞ്ചിടിപ്പുയർന്നു. ഹൃദയം വെന്തു. ഉരുൾ പൊട്ടലിൽ പർവ്വതങ്ങളുടെ തലയറ്റു പോകുന്ന സ്വരത്തിലാണത് മിടിക്കുന്നത്. വിരൽത്തുമ്പുകൾ മഞ്ഞുകണങ്ങളാകുന്നു.

വവ്വാലുകളില്ലാത്ത സുരക്ഷിതമായ ഇരുളിലേക്ക് അവൾ കുതിച്ചു. എന്തിലൊക്കെയോ കാലമർന്നു ഞെരിയുന്ന ശബ്ദം. എന്തോ പൊടിയുന്ന ശബ്ദം. അസ്ഥികൾ! ഇവിടെ ജീവിച്ചു മരിച്ചു ദ്രവിച്ച ജീവികളുടെ അവ സാന ശേഷിപ്പ്. കാലിനടിയിൽ ഇരുൾ ഇഴയുന്നുവോ? വിശന്നു വിഷം വെച്ച കരിനാഗങ്ങളുടെ പല്ല് ആഴ്ന്നിറങ്ങാം. വെളിച്ചം കണ്ടെത്തിയേ തീരൂ.

ഹൃദയമിടിപ്പിന്റെയും കിതപ്പിന്റെയും കാൽവെപ്പിന്റെയും കൂടെ കേൾക്കുന്നത് വെള്ളത്തിന്റെ സംഗീതമല്ലേ? ആകും. മറ്റൊന്നിനും ഇങ്ങനെ മനസ്സു തണുപ്പിക്കാനാകില്ല. പേടിച്ചരണ്ട മനസ്സിന് മനോഹര മായ സങ്കല്പം നല്കുന്നത് വിധിയുടെ തമാശയാണ്. ഇതങ്ങനെയാക രുതേ. അവൾ പ്രാർത്ഥനയോടെയാണ് മുന്നോട്ടു നടന്നത്.

അവൾക്കു തെറ്റിയിരുന്നില്ല. തിരമാലകൾ കല്ലിൽതട്ടി മടങ്ങുന്നതാണ് അവൾ കേട്ടത്. ഉപ്പുള്ള ഈർപ്പത്തിൽ അവൾക്കു താൻ ഒറ്റയ്ക്കല്ലെന്നും മനസ്സിലായി. ഇരുട്ടിൽ ആരെയും കണ്ടിട്ടല്ല. ഒരു നിശ്വാസവും കേട്ടിട്ടുമ ല്ല. ഒരു അദൃശ്യസാന്നിദ്ധ്യം അനുഭവിച്ചതുകൊണ്ട്. തിരിച്ചറിവിന്റെ ആ നിമിഷത്തിൽ ചങ്ങല കിലുക്കവും കേട്ടു.

"ആരാണത്?"

"നീ തന്നെ." പാതി മയക്കത്തിൽ നിഴൽ പറഞ്ഞു.

2

Refugee Mother and Child - Chinua Achebe
No Madonna and Child could touch
that picture of a mother's tenderness
for a son she soon would have to forget
The air was heavy with odours
of diarrhoea of unwashed children
with washed out ribs and dried-up
bottoms struggling in laboured
steps behind blown empty bellies. Most
mothers there had long ceased
to care but not this one; she held
a ghost smile between her teeth
and in her eyes the ghost of a mother's
pride as she combed the rust-coloured
hair left on his skull and then-
singing in her eyes-began carefully
to part it... In another life this
would have been a little daily
act of no consequence before his
breakfast and school; now she
did it like putting flowers
on a tiny grave

വിജനമായ പാതയോരത്ത് ഇരുട്ടിന്റെ അഭയാർത്ഥിയായി അവൾ. ഇരുട്ടിനേക്കാൾ അസഹ്യമായ ദുർഗ്ഗന്ധം അവളെ പൊതിഞ്ഞിരുന്നു. കീറിയ പുരാതന വസ്ത്രത്തിന്റെ നിറം പകലിനും കാട്ടിത്തരാനാകില്ല. കൂർത്ത കല്ലുകൾക്കും പാതി കത്തിയ സിഗരറ്റുകുറ്റികൾക്കും മുകളിൽ അവൾ മുട്ടുകുത്തിയിരുന്നു. കൈയിലെ തുണിക്കെട്ടിലേക്ക് മുഖമാഴ്ത്തി വെച്ചിരുന്നു. ചിതറിത്തെറിച്ച മുടിയിഴകൾ ലോകത്തിൽ നിന്നുമവളെ മറച്ചുപിടിച്ചു. ഒരു തേങ്ങലോ നിശ്വാസമോ നെടുവീർപ്പോ കേട്ടില്ല. എല്ലുകിടുക്കുന്ന കുളിർകാറ്റ് കരുണയില്ലാതെ അവളെ ആഞ്ഞടിച്ചു കൊണ്ടിരുന്നു. വസ്ത്രപ്പഴുതുകളിലൂടെ അതവളെ തീർച്ചയായും മുറിവേല്പിച്ചു കാണാം. എന്നിട്ടുമവൾ തെല്ലൊന്നനങ്ങിയില്ല. കാറ്റ് കരുത്തു കാട്ടിയപ്പോൾ പൊതിക്കെട്ടിൽനിന്നും എന്തോ പുറത്തേക്ക് തെറിച്ചു. ഒറ്റ നോട്ടത്തിൽ എന്തെന്ന് പറയാനാകാത്ത വിധം ചെറുത്. ഒരു കുഞ്ഞിന്റെ കാലായിരുന്നു അത്. ഏതാനും നിമിഷങ്ങൾ മാത്രം പ്രായമായ കുഞ്ഞ്! തണുപ്പ് അതിനു താങ്ങാനാവുന്നതിനുമപ്പുറമാണ്. നിസ്സഹായതയുടെ

കരച്ചിൽ അത് പുറപ്പെടുവിച്ചു. അവളനങ്ങിയില്ല. അതിനെ പൊതിഞ്ഞു പിടിക്കുകയോ ചേർത്തു പിടിക്കുകയോ ചെയ്തില്ല. കുഞ്ഞിന്റെ കരച്ചിൽ നേർത്ത് നേർത്ത് വന്നു. ഇനിയും വൈകിയാൽ ജീവൻ അതിനെ പിരിഞ്ഞു പോകും. എന്റെ ചെറിയ അനക്കം, കാലടി അവളെ ഉലച്ചു. പാമ്പിൻ കുഞ്ഞുങ്ങളുടെ പറ്റംപോലെ പിണഞ്ഞ മുടിയിഴകൾക്കിടയിലൂടെ അവളുടെ കണ്ണുയർന്നു. തീവെയിലേറ്റ പവിഴക്കണ്ണുകൾ! ചുണ്ടുകൾ നിയന്ത്രണം വിട്ടു വിറച്ചു. ഇരുട്ടിൽ മിന്നലായി അവളുടെ ദംഷ്ട്രകൾ തിളങ്ങി. നിലവിളി എന്റെ കണ്ഠത്തിൽ നിന്നിടറി വീഴും മുമ്പേ കാതടപ്പിക്കുന്ന അലർച്ചയോടെ അവളുടെ കൂർത്ത ദംഷ്ട്രകൾ ആ കുഞ്ഞു കഴുത്തിലേക്കമർന്നു.

3

ആകാശത്തിന്റെ ഒരു പകുതി പകൽ. മറു പകുതി രാത്രിയും. ഒരേ സമയം രാത്രിയും പകലും! സൂര്യനും ചന്ദ്രനുമിടയിൽ ഒരു ചില്ലുകൊട്ടാരം. അവൾക്കായി ഭൂമിയിലേക്ക് ഒരു ഗോവണി നീണ്ടു കിടന്നിരുന്നു. ഓരോ ചുവടിലും ചില്ലു പടിക്കുള്ളിലൂടെ ഭൂമിയുടെ താഴ്ചകൾ അവളെ ഭയപ്പെടുത്താൻ ശ്രമിച്ചു. വിശാലമായ ഇടനാഴിക്കു മുന്നിൽ കയറ്റം അവസാനിച്ചു. അവിടത്തെ സ്വർണ്ണവാതിൽ അടഞ്ഞു കിടന്നു. മര്യാദകേടോർക്കാതെ അവളാ വാതിൽ തുറന്നു. പുഷ്യരാഗം വിരിച്ച നിലത്ത് വിസ്മയത്തോടെ കാലുകുത്തി. പവിഴവും മരതകവും ഇന്ദ്രനീലവും കഥ പറഞ്ഞ ചുമരുകൾ അവളെ മുന്നോട്ടു നയിച്ചു. സുതാര്യമായ ഉത്തരത്തിലൂടെ സൂര്യന്റെ വെളിച്ചവും ചന്ദ്രന്റെ കുളിരും കയറി വന്നു. മേഘങ്ങളുടെ കൂട്ടിയുരസലുകളും നക്ഷത്രങ്ങളുടെ കളി പറച്ചിലും കേൾക്കാമായിരുന്നു.

അടഞ്ഞു കിടന്ന അനേകം വൈഡൂര്യ വാതിലുകൾക്കു മുന്നിൽ എങ്ങോട്ടെന്നില്ലാതെ അവൾ നിന്നു. ഓരോ വാതിലും വ്യത്യസ്തമാണ്. ചിലതിന്റെയെല്ലാം പിടി വെള്ളിയാണ്, ചിലതു പിച്ചള, മറ്റു ചിലത് ചെമ്പ്, ഒരു വാതിൽ മാത്രം വേറിട്ടുനിന്നു. പല നിറത്തിൽ പ്രകാശിക്കുന്ന ഏഴു രത്നങ്ങൾ അതിൽ പതിച്ചിരുന്നു. ഒരു കാന്തശക്തി അതിനുള്ളിൽ പ്രവർത്തിക്കുന്നുണ്ടാകണം. അവർ ആ വാതിലാണ് തെരഞ്ഞെടുത്തത്.

ഒരു പ്രതിമയാണ് ആദ്യം കണ്ടത്. അവൾ കണ്ടതിൽ വെച്ചേറ്റവും ഭംഗിയുള്ള പ്രതിമ. ഇത്ര സൗന്ദര്യം ഒരിക്കലും ഒരു മനുഷ്യസ്ത്രീക്കുണ്ടാകില്ല. നക്ഷത്രക്കണ്ണുകൾ, നിലാവിന്റെ ചിരി... കവിളിൽ ചോര തുടിക്കുന്നുണ്ടോ? അവൾ കൈനീട്ടി. പൊടുന്നനെ പ്രതിമയുടെ കൂപ്പിയ കൈകൾക്കുള്ളിൽ നിന്നും എണ്ണിയാലൊടുങ്ങാത്തത്ര മിന്നാമിനുങ്ങുകൾ പറന്നുയർന്നു. അവയ്ക്കെല്ലാം വെള്ളിവെളിച്ചമായിരുന്നു. സ്തബ്ധയായി അവൾ നില്ക്കെ മിന്നാമിനുങ്ങുകൾ ബാക്കിയാക്കി ആ പ്രതിമ എങ്ങോട്ടോ വഴുതി മാറി, തനിക്കു പിന്നിലെ പുതിയ ലോകം തുറന്നിട്ടുകൊണ്ട്.

മുന്നിൽ കണ്ട ശില്പോദ്യാനത്തിലേക്ക് കൗതുകം അവളെ നയിച്ചു. ഓരോ ശില്പത്തിനും അനിർവ്വചനീയമായ സൗന്ദര്യം. ഭാവങ്ങളും ഭാവമാറ്റങ്ങളും പേശീഘടനയും പ്രകൃതിയുമൊക്കെ കല്ലിൽ പുനസൃഷ്ടിക്കപ്പെട്ടിരിക്കുന്നു. ചില്ലു പാളികളിൽ നിറക്കൂട്ടുകളുടെ വിസ്മയം കണ്ടു. ലോകത്തിന്റെ സമസ്ത ലാവണ്യവും വർണ്ണങ്ങളിൽ ആവാഹിച്ച ചിത്രങ്ങൾ. ഒഴുകുന്ന ഓളങ്ങളെപ്പോലും അനശ്വരതയിലേക്ക് നിശ്ചലമാക്കിയെടുത്ത പാടവം. ദൈവത്തിനും കലയ്ക്കും മാത്രം സാദ്ധ്യമാകുന്ന പൂർണ്ണത.

അവസാനത്തെ ശില്പത്തിനും പിറകിൽ ശൂന്യമായ വേദി. അവിടേക്കുള്ള രത്നഖചിതമായ പടവിൽ അവൾ കാലെടുത്തു വെച്ചതേയുള്ളൂ എവിടെ നിന്നെന്നറിയില്ല. ആ നിമിഷം വാദ്യോപകരണങ്ങൾ മുഴങ്ങി. വീണയും സിതാറും തംബുരുവും മൃദംഗവുമൊക്കെ ചേർന്ന സംഗീതധാര. എല്ലാത്തിനും മുകളിൽ വേണുനാദം ഒഴുകിപ്പരന്നു. പേരറിയാത്ത, രൂപമില്ലാത്ത ഗായകനും ഗായികയും ഹൃദയസ്വരത്തിൽ സ്വാഗതഗാനമാലപിച്ചു. അവളുടെ നട്ടെല്ല് വിറച്ചു. ഞരമ്പുകളിലൂടെ സ്വർഗ്ഗീയാനുഭൂതി കുതിച്ചു. കണ്ണിൽ നനവും ചുണ്ടിൽ ചിരിയും പൊടിഞ്ഞു. സംഗീതത്തിന്റെ മാസ്മരിക പ്രപഞ്ചത്തിനു മുന്നിൽ അവൾ നിശ്ചലയായി.

അമ്പരന്നുപോയ അവളുടെ കണ്ണിലേക്ക് നൃത്തം വെക്കുന്ന നിഴലുകൾ ഓടിക്കയറി. സംഗീതത്തിനൊത്ത് അവ ചുവടുവെച്ചു. ചിലങ്കയുടെ വേറിട്ട സംഗീതം. നൃത്തത്തിന്റെ വേഗത്തിനൊത്ത് സ്വരമുയർന്നു. വാദ്യം മുറുകി. വേണുനാദം സിരകളെ ചൂടുപിടിപ്പിച്ചു. കലയുടെ പ്രകാശതീക്ഷ്ണത അവൾക്കു സഹിക്കാനായില്ല. അനുനിമിഷം വർദ്ധിച്ചുവന്ന പ്രകാശം അവളുടെ ദേഹത്തെത്തന്നെ ദഹിപ്പിച്ചു കളഞ്ഞു. മുക്തമാക്കപ്പെട്ട ആത്മാവ് തന്നെ പൊതിഞ്ഞ പ്രഭാസരണിയിൽ അലിഞ്ഞുചേർന്നു.

* * * * *

മയക്കത്തിൽ നിന്നുണർന്ന് അവൾ ഒരു പേജ് കൂടി മറിച്ചു. എന്നിട്ട് പൂർണ്ണമായും ആ പുസ്തകത്തിലേക്ക് കൂപ്പുകുത്തി.

ഒന്ന്

കലിയുടെ തീപടർത്തി സ്വർഗ്ഗം വിറപ്പിച്ച കുതിപ്പോടെ വീരഭദ്രൻ ഒരുനാൾ ഭൂമിയിലേക്കിറങ്ങി. തന്നെ ധിക്കരിച്ചവരെ കൊന്നൊടുക്കി ഭൂമി ശുദ്ധീകരിക്കാൻ. അഹങ്കാരത്തിന്റെ അന്ധതയിൽ മതിമറന്നവരെ കൊന്ന്, രക്തത്തിൽ നനഞ്ഞ് ഉന്മത്തനായി മുപ്പത് നൃത്തമാടിയത്. കലിയടങ്ങിയപ്പോൾ മകളായ ഐശ്വര്യദേവതയെ ഭൂമിയിലേക്കയച്ചു. അവൾ അച്ഛൻ സമ്മാനിച്ച വിശിഷ്ടഹാരം ചാർത്തി, സ്വയം നെയ്ത പട്ടുവസ്ത്രമുടുത്ത്, നീണ്ട മുടി ഒതുക്കാൻപോലും മിനക്കെടാതെ ഭൂമിയിലേക്കിറങ്ങി. അവളുടെ പുഞ്ചിരി വേർപാടിന്റെ കണ്ണുനീർ മായ്ച്ചു. പ്രിയപ്പെട്ടവരെ നഷ്ടപ്പെട്ടവർക്ക് അവൾ മറവി സമ്മാനിച്ചു. അവളുടെ കാലൊച്ച കേട്ട മനസ്സുകൾ വേദനകളറ്റതായി. ഹാരത്തിൽ തട്ടിച്ചിതറിയ പ്രഭ ചുറ്റിലും സമൃദ്ധി പരത്തി. അവളുടെ പുണ്യവസ്ത്രത്തിൽ പതിച്ച കാറ്റ് സുഗന്ധമുള്ളതായി. മുടിയിലണിഞ്ഞിരുന്ന ദിവ്യപുഷ്പങ്ങൾ മണ്ണിലടർന്നു വീണു. അവ മണ്ണിൽക്കിടന്നു ദളങ്ങളായി ചിതറി. അവിടങ്ങളിലെല്ലാം ഭൂമിക്കിടയിൽ സ്വർണ്ണവും വെള്ളിയും വെങ്കലവുമുണ്ടായി. ഭൂമി സ്വർഗ്ഗതുല്യമാക്കി അവൾ മടങ്ങി. പിന്നീടൊരിക്കലും വരാനാകില്ലല്ലോ എന്നോർത്ത് അവൾ ദുഃഖിച്ചു. മകളുടെ ദുഃഖം മനസ്സിലാക്കി വീരഭദ്രൻ സമാധാനിപ്പിച്ചു.

"ഗന്ധർവ്വനോ, മാലാഖയോ അല്ല മനുഷ്യൻ. സ്വർഗ്ഗമായി നീ മാറ്റിയ ഭൂമിയെ വീണ്ടും ഇരുളിനു നല്കാൻ അവന് ഒരുനിമിഷം തികച്ചും വേണ്ട. ഭൂമിയിൽ തിന്മ ഇനിയും വളരും. അപ്പോഴെല്ലാം പ്രതീക്ഷയുടെ പ്രകാശമായി നീ പോകണം. എല്ലാവർഷവും ഈ ദിവസം മനസ്സിൽ നന്മയുള്ള മനുഷ്യർ നിനക്കായി കാത്തിരിക്കും."

അന്നുമുതൽ ഈ ദിവസം അവൾക്കുള്ളതായി. ചുറ്റും ദീപങ്ങൾ

തെളിച്ച് എല്ലാവരും അവളെ കാത്തിരിക്കാൻ തുടങ്ങി. അവളുടെ സ്വാഗതത്തിനായി പാതകൾ തോറും കർപ്പൂരഗന്ധം പരത്താൻ തുടങ്ങി. മറ്റെല്ലായിടത്തെക്കാളും കേമമാണ് വീരഭദ്രപുരിയിലെ ആഘോഷം. വസ്ത്രഭൂമിയുടെ തലസ്ഥാനത്തിന് ചേർന്ന പകിട്ട്. മൂന്നു ഭാഗത്തും സമുദ്രം ഇരമ്പിയാർക്കുന്ന രാജ്യമാണ് വജ്രഭൂമി. പടിഞ്ഞാറ് ഉദ്ബലയും ഇക്ഷിതവനവും അതിർത്തി കാക്കുന്നു. കിഴക്ക് രത്നഗിരിയിൽ നിന്നുയിർ കൊള്ളുന്ന പല്ലവിനദി രണ്ടു ശാഖകളായി പിരിഞ്ഞ് ഈ മണ്ണിനെ നനയ്ക്കാൻ ഒഴുകിയടുക്കുന്നു. പല്ലവിയുടെ തെക്കൻ ശാഖയ്ക്കു പവിത്ര എന്നാണ് പേര്. അതിന്റെ തീരത്താണ് വീരഭദ്രപുരി. കൊട്ടാരവും വീരഭദ്രക്ഷേത്രവും കമ്പോളവുമൊക്കെ നദീതീരത്തു തന്നെ.

ഐശ്വര്യോത്സവത്തിനു തുടക്കമിടുന്നത് വീരഭദ്രക്ഷേത്രത്തിൽ നിന്നാണ്. ചിരപുരാതനമാണ് ക്ഷേത്രം. ക്ഷേത്രകവാടത്തിൽ കരിങ്കല്ലിൽ പണിത യോദ്ധാക്കളെ കാണാം. മൂന്നു നിരപ്പായാണ് ക്ഷേത്രം പണിഞ്ഞിട്ടുള്ളത്. കരിങ്കല്ലിലെ പുറം കവാടവും പിന്നെ രണ്ടുനിര ചെങ്കല്ലിലും. പ്രതിമകളും കൊത്തുപണികളുമുള്ള വീതിയേറിയ വാതിലുകളാണ് ക്ഷേത്രത്തിന്റെ പ്രത്യേകത. കാറ്റും വെളിച്ചവും ആവോളം അകത്തു കയറും. ഉത്തരത്തിൽ പാർക്കുന്ന കിളികളുടെ ഭക്തിയോടെയുള്ള കുറുകൽ സദാ കേൾക്കാം. നദിയിലേക്കു തുറന്നിട്ട പിൻ കവാടത്തിലൂടെ അസ്തമയ സൂര്യനും മുഖ്യകവാടത്തിലൂടെ ഉദയസൂര്യനും മൂർത്തിയെ തൊഴുതു. ക്ഷേത്രത്തിന് ഇടതുവശത്തായിട്ടാണ് ഊട്ടുപുര. അവിടെയൊരിക്കലും തിരക്കൊഴിയില്ല. അനുഗ്രഹത്തിനും ആഹാരത്തിനുമായി നിത്യവും ആയിരങ്ങൾ വീരഭദ്രപുരിയിലേക്കെത്തി.

ക്ഷേത്രത്തിന് അഭിമുഖമായാണ് കൊട്ടാരം. വീരവിക്രമരാജാവിന്റെ കാലത്ത് പണിത കൊട്ടാരത്തിന് പിന്നീടൊരിക്കൽപ്പോലും ഒരു കൂട്ടിച്ചേർക്കലും വേണ്ടിവന്നില്ല. ചിറക് വിരിച്ച് പറക്കാനൊരുങ്ങുന്ന ഗരുഡരൂപത്തിലാണ് കൊട്ടാരം. കൊക്കിന്റെ സ്ഥാനത്ത് പടുകൂറ്റൻ ദീപമന്ദിരം. രാജ്യത്തിന്റെ ഐശ്വര്യത്തിന്റെയും പ്രതീക്ഷയുടെയും പ്രതീകമായി അവിടെയൊരു കെടാവിളക്ക് ജ്വലിക്കുന്നു. അതിൽ നിന്നുമാണ് ഇന്നത്തെ ഉത്സവത്തിനുള്ള ദീപാലങ്കാരങ്ങൾക്ക് തീ പകരുന്നത്. കൊട്ടാരത്തിന്റെ വലത് ചിറക് സ്ത്രീ ജനങ്ങൾക്കായി പ്രത്യേകം പണി കഴിപ്പിച്ചതാണ്. രാജകുടുംബാംഗങ്ങൾക്കു മാത്രമല്ല കലാകാരന്മാർക്കും അതിഥികൾക്കും ഒട്ടേറെ സൗകര്യങ്ങൾ ഇവിടെയുണ്ട്. കവിഭാവനയെക്കാൾ കേമമാണ് കൊട്ടാരമെന്ന് സമ്മതിക്കാതെ വയ്യ.

കൊട്ടാരത്തിലെ കെടാവിളക്കിൽനിന്നും മഹാഗുരു ഐശ്വര്യോത്സവത്തിനു തിരിതെളിക്കും. പിന്നീട് വലിയ ഘോഷയാത്രയായി ക്ഷേത്രത്തിലേക്ക് ദീപങ്ങൾ കൊണ്ടുപോകും. ആബാലവൃദ്ധം ജനങ്ങളും അണിനിരക്കുന്ന ഘോഷയാത്രയ്ക്ക് സൈനികർ അകമ്പടി നില്ക്കും. നൃത്തവും സംഗീതവും വാദ്യവും നിറഞ്ഞ യാത്ര ക്ഷേത്ര

മുറ്റത്തെത്തുന്നതോടെ ആഘോഷത്തിന്റെ ഒരു ഘട്ടം പൂർത്തിയായി. പിന്നെ ദീർഘമായ കാത്തിരിപ്പിലാണ്. എഴുപത് പുരോഹിതർ ചേർന്ന പൂജയായിരിക്കും ക്ഷേത്രത്തിൽ. അതവസാനിക്കുന്നതു വരെ ക്ഷേത്ര കവാടം അടഞ്ഞുതന്നെ കിടക്കും. സൂര്യന്റെ അവസാന നിഴലും പല്ലവിയിൽ വീണു കുതിരുമ്പോൾ പൂജ കഴിഞ്ഞ് കവാടം വലിയ ശബ്ദത്തോടെ തുറക്കും. വാടാമാല്യങ്ങളണിഞ്ഞ, പുത്തൻ പട്ടുവസ്ത്രം ചുറ്റിയ വീരഭദ്രമൂർത്തിയെ എല്ലാവർക്കും കാണാനാകും. ഇന്നേ ദിവസം എല്ലാം വാതിലുകളിലൂടെയും പ്രവേശിക്കാം. പക്ഷേ, പ്രസാദം കിട്ടണമെങ്കിൽ മുഖ്യവാതിലിനടുത്തുതന്നെ വരണം. പതിവിലുപരി പതിനാറു വിഭവങ്ങളാണ് ഊട്ടുപുരയിൽ വിളമ്പുക.

ഭക്തർക്കുമുമ്പ് ഗരുഡനെയാണ് ഊട്ടുക. വീരഭദ്രന് ഏറ്റവും പ്രിയപ്പെട്ട പക്ഷിയാണത്രെ ഗരുഡൻ! അദ്ദേഹത്തിന്റെ എല്ലാ പ്രതിമ കളിലും ചുമലിലൊരു ഗരുഡനുമുണ്ടാകും. അതുകൊണ്ട് ഇവിടത്തു കാർക്ക് അവയെ ബഹുമാനമാണ്. കൊട്ടാരത്തിൽ മാത്രമേ ഗരുഡനെ വളർത്താൻ പാടുള്ളൂ. കഴുത്തിനു ചുറ്റും ചുകന്ന വളയം. നെറ്റിയിൽ നനുത്ത വെള്ളപ്പൊട്ട്. അസാമാന്യമായ ബുദ്ധിശക്തിയും വേഗതയും. ഇവിടത്തെ ഗരുഡന്മാർക്ക് അങ്ങനെ ഒരുപാട് പ്രത്യേകതകളുണ്ട്. അവയെ പിടിച്ചു മെരുക്കിയെടുക്കുക പ്രയാസമാണ്. പവിത്രാനദിയുടെ തീരത്തെ പാറക്കെട്ടുകളിൽ കൂട്ടമായാണ് താമസം. ക്ഷേത്രത്തിലെ ഭസ്മം പുരട്ടി ഭക്തിയോടെ വേടന്മാർ വേട്ടയ്ക്കിറങ്ങും. മുറിവേല്പി ക്കരുതെന്നാണ് നിയമം. തീരെ ചെറുതിനേയും പ്രായമേറിയതിനെയും പിടിക്കാൻ പാടില്ല. അതിന്റെ കൂടു നശിപ്പിക്കുന്നതും മുട്ടകൾ പൊട്ടി ക്കുന്നതും ശിക്ഷാർഹമാണ്. കൊക്കിനു കനമേറുന്നതിനുമുമ്പേ പിടി ക്കണം. കൊട്ടാരത്തിൽ പരിശീലിപ്പിക്കാനായി പ്രത്യേകം ആളുകളുണ്ട്. ഒന്ന് ഇണക്കമായാൽ പിന്നീട് ജീവിതകാലം മുഴുവൻ അവ നമ്മെ വിശ്വ സ്തതയോടെ സേവിക്കും. ചുവന്ന ചരട് കാലിൽ കെട്ടി, സന്ദേശവുമായി അവ നടക്കുന്നത് കാണാൻതന്നെ ഭംഗിയാണ്.

അവസാന പന്തി ഭക്ഷണവും കഴിഞ്ഞാൽ പിന്നെ അടുത്ത നാൾ സൂര്യൻ മടങ്ങുംവരെ പരിപാടികളാണ്. ആർക്കും ഉറക്കമുണ്ടാകില്ല. രാജ്യത്തെ കലാകാരന്മാർ മുഴുവൻ അണിനിരക്കുന്ന ഗംഭീര നിശ. കഴിഞ്ഞ വർഷം അഗ്നി നൃത്തമായിരുന്നു ഏറ്റവും ശ്രദ്ധേയം. അയാൾ അഗ്നിയെ തന്നിലേക്ക് ആവാഹിക്കുകയായിരുന്നുവെന്ന് തോന്നി. അതിനുമുമ്പ് ഒരു സ്ത്രീ പതിനെട്ടു കരിനാഗങ്ങളെ അണിഞ്ഞു വന്നതാ യിരുന്നു എല്ലാവരേയും ഞെട്ടിച്ചത്. ഇത്തവണ എന്തായിരിക്കുമെന്ന കൗതുകം എല്ലാ കണ്ണികളിലുമുണ്ട്. ഏറ്റവും മികച്ച പ്രകടനത്തിന് കണ്ണഞ്ചിപ്പിക്കുന്ന സമ്മാനങ്ങളാണുള്ളത്.

എല്ലാവരും ആഹ്ലാദത്തിൽ മതിമറക്കുമ്പോഴും കൊട്ടാരത്തിലാകെ വെപ്രാളമായിരുന്നു. മുകൾനിലയിൽ എങ്ങോട്ടെന്നില്ലാതെ ഇവർ പാഞ്ഞു നടന്നു. ഒരുക്കങ്ങൾ എങ്ങുമെത്തിയിട്ടില്ല. എന്തെങ്കിലും വീഴ്ച വന്നാൽ

വലിയ അപശകുനമാകും. ആർക്കും ഒരുത്തരവാദിത്വവുമില്ലെന്ന് അയാൾക്ക് തോന്നി. "ശാസിക്കാൻ ആളില്ലാതെ പോയില്ലേ. എല്ലാം കുറച്ചുനാൾ കൂടിയേ കാണൂ'' അയാൾ കാണുന്നവരെയെല്ലാം ഓർമ്മിപ്പിച്ചുകൊണ്ടിരുന്നു. വെറുമൊരു ഭൃത്യനാണയാൾ. എന്നിട്ടും അയാൾക്കെതിരായി ആരും മിണ്ടിയില്ല. ഏറ്റവും വിശ്വസ്തനെന്ന സ്ഥാനം അയാൾക്ക് പണ്ടു മുതല്ക്കേ ഉള്ളതാണ്. വീരവിക്രമ രാജാവിന്റെ കാലം മുതല്ക്ക്. വെറും പന്ത്രണ്ടാം വയസ്സിലാണ് അയാളാ പദവി നേടിയത്. ചാരുചിത്രൻ സിംഹാസനത്തിലേറിയപ്പോൾ ആ സ്ഥാനം ഉയർന്നതേയുള്ളൂ.

"ഘോഷയാത്രയ്ക്ക് തയ്യാറെടുപ്പുകൾ നടത്താൻ സൈന്യത്തെ അറിയിച്ചുവോ."

"ഇല്ല, ഇപ്പോൾത്തന്നെ ആളയയ്ക്കാം."

ബലൻ തലയ്ക്കു കൈ കൊടുത്തു പോയി. എന്തൊരു അശ്രദ്ധയാണിത്! നാഴിക ഒന്നിനി തികച്ചില്ല. ഇവിടെ ഒരു തയ്യാറെടുപ്പുമായിട്ടില്ല. അയാൾ വർദ്ധിച്ചുവരുന്ന അമർഷമടക്കാൻ പാടുപെട്ടു.

"ആരെയാണ് കാത്തിരിക്കുന്നത്? ഇപ്പോൾത്തന്നെയാകട്ടെ."

ഭൃത്യൻ ധൃതി പിടിച്ചോടി. ശകാരിച്ചും ഉപദേശിച്ചും ബലന്റെ തൊണ്ടയടച്ചു പോയിരുന്നു. ഒന്നും കഴിച്ചിട്ടില്ല. അതിനുള്ള സമയം അയാൾക്ക് കിട്ടിയിട്ടില്ല. ഭൃത്യൻ തന്റെ ശേഷിച്ച ശബ്ദപരിധിക്കും പുറത്തു പോയപ്പോഴാണ് അയാൾ മറ്റൊരു കാര്യമോർത്തത്. കൈയിൽ പുഷ്പങ്ങളുമായി മറ്റൊരുവൻ പോകുന്നത് അയാൾ കണ്ടു. ഭാഗ്യം! അവൻ ക്ഷേത്രത്തിലേക്ക് തന്നെയാവണം. അയാൾ കൈ കൊട്ടി.

''ഊട്ടുപുരയിലെ പാചകം കഴിഞ്ഞോ എന്നു തിരക്കണം. എന്തെങ്കിലും ആവശ്യമുണ്ടെങ്കിൽ ഉടനറിയിക്കണം എന്നു പറഞ്ഞേക്കൂ. ചുവന്ന പൂക്കൾ ആവശ്യത്തിനു കിട്ടിയില്ലേ?"

അവൻ അതെയെന്നു തലയാട്ടി. എന്നിട്ടും ബലനു വിശ്വാസമായില്ല. ചുവന്ന പൂക്കളില്ലാതെ പൂജ നടക്കില്ല. വീരഭദ്രനെ ചുകപ്പാണണിയിക്കുന്നത്. എല്ലാം ശുഭമായി അവസാനിച്ചാൽ മതിയായിരുന്നു. നെഞ്ചിൽ പ്രാർത്ഥനയോടെ അയാളവനു പോകാനനുമതി നല്കി. ഇനി മാലിനിയെ ചെന്നു കാണണം. മുഖ്യദാസിയെന്ന സ്ഥാനത്തിൽ അഹങ്കരിക്കുന്നതല്ലാതെ അവളൊന്നും കാര്യമായി ചെയ്യുന്നില്ല. കൊട്ടാരത്തിലെ സ്ത്രീകളായിരിക്കണം പൂജയ്ക്കു മുന്നിൽ നില്ക്കുന്നതും ഘോഷയാത്രയിൽ ദീപങ്ങളേന്തുന്നതും. അവരാരും പറയുന്ന സമയത്തിനു മുമ്പെ തയ്യാറാകുമെന്ന് തോന്നുന്നില്ല. മാലിനിയെ കണ്ടുപിടിക്കുന്നതു തന്നെ സമയം കളയുന്ന ഏർപ്പാടാണ്. വേറെ വഴിയില്ലല്ലേ.

സഭയ്ക്കു കുറുകെ നടന്നപ്പോഴാണ് ബലൻ ശ്രദ്ധിച്ചത്. ഉത്തരത്തിൽ പൊടിപടലങ്ങളെല്ലാം പഴയ പടി തൂങ്ങിക്കിടപ്പുണ്ട്. പുതുതായി രണ്ടുമൂന്നു ചിലന്തി വലകൾ തിളങ്ങി നില്ക്കുന്നു. ഛെ! വൃത്തിയാക്കാതെയാണോ അലങ്കാരപ്പണികൾ? അതും രാജസഭ!

ഒരിക്കൽക്കൂടി ശബ്ദമുയർത്തിയാൽ താൻ മരിച്ചുപോകും. മാലിനിയെ പിന്നീടു കാണാം. ആദ്യം വിശോകനെ കാണണം. എന്തൊരു അശ്രദ്ധയാണിതെന്നു ചോദിക്കണം. അയാൾ നേരത്തെ മട്ടുപ്പാവിൽ ഹാരങ്ങളുമായി നില്ക്കുന്നത് കണ്ടിരുന്നു.

പെട്ടെന്നാണ് അയാളതു കണ്ടത്. ഒരു ചിത്രം ഭിത്തിയോട് ചേർത്ത് വെച്ചിരിക്കുന്നു. പുതിയതാകണം. ഒരു പട്ടുതുണി കൊണ്ടത് മൂടി യിട്ടിരുന്നു. അയാൾ കുനിഞ്ഞ് മറനീക്കി ഒന്നുനോക്കി. ബലന് അടി തെറ്റി. ഓർമ്മയിലേക്കെവിടെയോ നോക്കിയതുപോലെ. ഓർമ്മയില്ലാതെ ഈ കണ്ണുകൾ ഇനിയെങ്ങനെ കാണാനാകും? വിറയ്ക്കുന്ന കൈക ളാലെ ആ തുണി അയാൾ വലിച്ചു നേരെയിട്ടു. ഒന്നും ചെയ്യാനില്ല. ബലൻ മുകളിലേക്കുള്ള പടികൾ തിരഞ്ഞു. രണ്ടു കണ്ണുകൾ തന്നിലപ്പോഴും തറച്ചു കയറുന്നതായി അനുഭവപ്പെട്ടു. അയാളുടെ പുറം പൊള്ളി. അവന്റെ കണ്ണുകൾ! തുളച്ചിറങ്ങുന്ന തവിട്ടു കൃഷ്ണമണികൾ. ഒരിക്കൽ കണ്ട വരാരും ആ കണ്ണുകൾ മറക്കില്ല. ആ നോട്ടത്തിന്റെ സൗന്ദര്യത്തെയും.

ഒമ്പതാം വയസ്സിലാണ് ബലൻ ആദ്യമായി കൊട്ടാരത്തിലെത്തുന്നത്. ഏതോ അകന്ന ബന്ധുവാണ് അയാളെ കൊണ്ടുവന്നത്. അമ്മ മഹാറാണി അന്നു ഗർഭിണിയായിരുന്നു. അവരുടെ കാരുണ്യം അയാളെ രാജകുമാരന്റെ സംരക്ഷകനാക്കി. ചാരുചിത്രൻ അനുസരണയുള്ള കുട്ടിയായിരുന്നു. ബലന് സ്വന്തം അനുജൻ. അവനെ ചാരൂ എന്നു വിളിക്കുമ്പോൾ പരിഭവിക്കും, അത് പെൺകുട്ടിയുടെ പേരാണെന്ന്. എങ്കിലും ഒരിക്കൽപ്പോലും വിളി കേൾക്കാതിരുന്നില്ലല്ലോ. അവൻ കിരീടമണിഞ്ഞപ്പോൾ ഒരുപാടു സന്തോഷിച്ചു. പ്രതാപ് വാഢയുടെ കുമാരിയുമായി അവന് വിവാഹം തീരുമാനിച്ചപ്പോൾ മഹാറാണി അവനോടും അഭിപ്രായം തിരക്കി. വെറും ഭൃത്യനായ ബലനോട്. ബലന്റെയും സമ്മതം വേണമെന്ന് അവർ പറഞ്ഞുവത്രെ. അയാൾക്ക് കണ്ണു നിറഞ്ഞുപോയി. ഇന്ദുമുഖിയുടെ കൊട്ടാര പ്രവേശനത്തിന്റെ മുഴുവൻ ചുമതലയും ബലൻ സസന്തോഷം നിറവേറ്റി. വരുന്നത് തന്റെ കൊച്ചനിയത്തിയാണല്ലോ.

പിന്നീടു നടന്നതെല്ലാം അയാൾക്ക് ദുഃസ്വപ്നങ്ങളാണ്. അമിതാ ഹ്ലാദം തീരാദുഃഖത്തിലാഴ്ത്തുമെന്ന് പറയുന്നത് കൃത്യമാണ്. സന്തോഷ ത്തിന്റെ ഉയരങ്ങളിൽനിന്നും വേദനയുടെ ആഴങ്ങളിലേക്ക് വിധി പറിച്ചെറിയുകയായിരുന്നു. കടിഞ്ഞൂൽ പ്രസവത്തിൽ ഇന്ദുമതി മരിച്ചു. അറുപത് നാൾ മുമ്പ് അപ്രതീക്ഷിതമായി അവനും യാത്രയായി. ആ ദിവസം ബലന് മറക്കാറായിട്ടില്ല. പ്രഭാതസവാരി ഒരുമിച്ചായിരിക്കണ മെന്നു പണ്ടേ നിർബ്ബന്ധമാണ്. ഏറെ കാത്തുനിന്നിട്ടും കാണാതിരുന്ന പ്പോൾ ബലൻ അറയിൽ ചെന്നു നോക്കി. അവൻ ശയ്യയിൽ ഉറക്കത്തിലെന്നപോലെ കിടക്കുകയായിരുന്നു. പലയാവർത്തി വിളിച്ചിട്ടും മറുപടിയില്ല. കൊട്ടാരം വൈദ്യർ മരണം സ്ഥിരീകരിച്ചിട്ടും ബലൻ അവനെ കുലുക്കി വിളിച്ചുനോക്കി. ആത്മാവു ഭൂമി വിട്ടിട്ടില്ലെങ്കിൽ തന്റെ

വിളിയിൽ മടങ്ങി വരുമെന്ന് അയാൾക്കെങ്ങനെയോ തോന്നി. പക്ഷേ, വൈകിപ്പോയിരുന്നു.

ബലന്റെ നിമിഷങ്ങൾ ഇഴയുകയാണെങ്കിലും ദിവസങ്ങൾ കടന്നു പോയി. നാല്പതു ദിവസത്തെ ദുഃഖാചരണം കഴിഞ്ഞപ്പോഴേക്കും അവനെ മറന്നെന്നു തോന്നുന്നു. എല്ലാവരും ഉത്സവത്തിന്റെ പിറകെ യാണ്. പരമ്പര മുടക്കാനായില്ല. അല്ലെങ്കിൽ കൊട്ടാരത്തിന്റെ ഒഴിഞ്ഞ കോണിലെവിടെയെങ്കിലും ചെന്നിരുന്ന് അയാളൊന്നു കരഞ്ഞേനെ. നാലു പതിറ്റാണ്ടുകൾ അവനൊപ്പം ആഘോഷിച്ചു. ഇന്നിപ്പോൾ താൻ തനിച്ചാണ്. തീർത്തും തനിച്ച്.

"എന്തെങ്കിലും വിട്ടു പോയിട്ടുണ്ടോ?"

ആരെന്നുപോലും നോക്കിയില്ല. മറുപടിയും കൊടുത്തില്ല. പൊയ്ക്കോളാൻ ആംഗ്യം കാണിച്ചു. വിശോകൻ! അവനെത്തന്നെയല്ലേ താൻ തിരഞ്ഞുകൊണ്ടിരുന്നത്? എന്തിനായിരുന്നുവെന്നും മറന്നു പോയിരിക്കുന്നു. ഇനി ഓർത്തിട്ടും കാര്യമില്ല. അയാളെവിടേക്കോ മറഞ്ഞു കഴിഞ്ഞു. ചിന്തകളെ തന്നിലേക്കടുപ്പിക്കാൻ ബലൻ ഒരു നിമിഷം ചെലവിട്ടു. രാജസഭയുടെ കാര്യം സൂചിപ്പിക്കാനാണു വന്നത്. ഇനിയേതായാലും വൈകി. അവസാനവട്ട ഒരുക്കങ്ങൾക്കിടയിൽ നിന്നും അവരെ വിളിച്ചു വരുത്തുന്നത് ബുദ്ധിമുട്ടാകും. തല്ക്കാലം മാലിനിയെ കണ്ടുപിടിക്കുക തന്നെ. ഓർമ്മകളെയൊക്കെ ചവിട്ടിത്താഴ്ത്തി അയാളിലെ കർത്തവ്യബോധമുണർന്നു.

"പത്മിനി റാണി കാണണമെന്ന് അറിയിച്ചിരിക്കുന്നു."

എന്തിനാണാവോ? മഹാറാണി ആരെയും കാണാൻ കൂട്ടാക്കാറില്ല. അവർക്കത്രയ്ക്കു വയ്യ. വാർദ്ധക്യത്തേക്കാളധികമാണ് വാതത്തിന്റെ അസ്വസ്ഥതകൾ. ചിലപ്പോൾ സുപ്രധാനമായ ആ തീരുമാനം അവരിന്നു പറയുമായിരിക്കും. അവരുടെ മൗനമായിരുന്നു ഒരേ ഒരു തടസ്സം. അതു നീങ്ങിയിരിക്കണമേയെന്ന് ബലൻ ആത്മാർത്ഥമായി കൊതിച്ചു. അറയുടെ മുന്നിലെത്തിയപ്പോൾ ദാസി നിന്നു. അവൾക്ക് അകത്തേക്ക് പ്രവേശനമില്ലെന്നു തോന്നുന്നു. എങ്കിൽ മഹാറാണി ഗൗരവത്തിലാണ്. അല്ലെങ്കിൽ ഈ രഹസ്യസ്വഭാവത്തിന്റെ ആവശ്യമില്ലല്ലോ. അയാളകത്തു കയറി, തനിക്കു പിന്നിൽ വാതിൽ ഭദ്രമായടച്ചു.

"ബലാ, അടുത്തേക്കു വരൂ."

അവൾ കിടക്കുകയാണ്. മുഖം ചെറുതായി ഒരു വശത്തേക്കു കോടിയിട്ടുണ്ടെന്നു തോന്നുന്നു. അറയിലാകെ മരുന്നിന്റെ മണം. വെളിച്ചവും കുറവ്. അയാൾ കുറേക്കൂടി മുന്നോട്ടു കയറിനിന്നു. അമ്മയാണ്. ഔപചാരികമായ പ്രണാമമൊന്നും അവർക്കിഷ്ടമല്ല. അടുത്തേക്കു വരുന്നതു കണ്ടപ്പോൾ ആ മുഖം തെളിഞ്ഞു. സുന്ദരമായ പുഞ്ചിരി.

"ഒരുക്കങ്ങളെല്ലാം.?"

"ഒരുവിധം."

"ങും ഹും! എല്ലാവരും അവനെ മറന്നല്ലോ? വെറുതയല്ല, ഇനിയും വൈകണ്ട എന്നവർ തീരുമാനിച്ചത്. പെരുമ്പറ സന്ദേശം പൊയ്ക്കഴിഞ്ഞു."

"എന്തു സന്ദേശം, മഹാറാണി?"

അവർ ബലനെ കുറച്ചുനേരം ഇമവെട്ടാതെ നോക്കിനിന്നു. ഇടതു കണ്ണ് പകുതി അടഞ്ഞു പോയതുകൊണ്ട് കാഴ്ചകൾ അപൂർണ്ണമാണ്. അവനറിയാത്തതിൽ അവർക്കത്ഭുതം തോന്നിയില്ല. എല്ലാം ഒളിവിലാണു നടക്കുന്നത്. താൻ തന്നെ ചാരന്മാർ വഴിയാണ് കാര്യങ്ങളറിയുന്നത്. മറ്റ് അതിഥികൾ വരുംമുമ്പെ അവനോടു പറയണം.

"കാര്യങ്ങൾ കൈവിടുന്നു. ഇതെന്റെ അവസാന ശ്രമമാണ്. നാളെ നമ്മുടെ വിധിയെഴുതും. പുറത്ത് ശബ്ദങ്ങൾ കേട്ടു. ബലനെ നേരത്തേ വിളിക്കേണ്ടതായിരുന്നു. അല്പം വൈകിപ്പോയി. പൊയ്ക്കോളൂ. അവളോട് പറയണം എനിക്കു സംസാരിക്കണമെന്ന്. ഇടനാഴിയിലെ ദീപമണയുമ്പോൾ അവളുമായി വരിക."

ദാസി വാതിൽപ്പടിയിൽ കൈവെച്ചു കഴിഞ്ഞു. ബലൻ പരുങ്ങിയില്ല. അയാൾ തൂണിനു പിന്നിലേക്കോടി. മൂന്നാമത്തെ കല്ലിലെ മരതകം. അവിടെയാണ് അമർത്തേണ്ടതെന്ന് അയാൾക്കറിയാം. പൊള്ളയായ തൂണിലെ ഇരുളിലേക്ക് അയാൾ ഉൾവലിഞ്ഞതും പുറത്ത് പരിചിതമായ ഒരു സ്വരം കേട്ടു.

"പ്രണാമം മഹാറാണി."

*　　*　　*　　*　　*　　*

കാറ്റിലൂടൊരു തൂവൽ ഒഴുകിയെത്തി. ഇതളടർന്ന പൂവുപോലെ അതു നിലം പറ്റിക്കിടന്നു. കാറ്റിന്റെ ആഞ്ഞ തലോടലിൽ പിന്നെയും പറന്നു. എന്നിട്ടും പതിയെ അവളുടെ നീട്ടിയ കൈയിലേക്കു വീണു. തിളങ്ങുന്ന മഞ്ഞ നിറം. മഞ്ഞക്കിളിയുടേതാകും. അവയെ അവൾക്കിഷ്ടമാണ്. ആർക്കാണ് ഇഷ്ടപ്പെടാതിരിക്കാൻ പറ്റുക? കടും പച്ചിലച്ചാർത്തുകൾക്ക് അലങ്കാരമായി ഗമയിലങ്ങനെ ഇരിക്കും.

കൂടണയാനുള്ള തിരക്കിൽ തന്റെ മനോഹരമായ വർണ്ണവസ്ത്രത്തിലൊരു നൂലറ്റുപോയത് കിളി അറിഞ്ഞുകാണില്ല. അതിനും മുമ്പെ മേഘങ്ങൾക്കിടയിലൂടെ തൂവൽ പാറിയിട്ടുണ്ടാകും. എന്തൊരു സ്വാതന്ത്ര്യമാണതിന്! ബന്ധനമില്ല, ചുമതലകളില്ല.... കാറ്റിനൊപ്പം പറന്നു പറന്നങ്ങനെ.

പെരുമ്പറ!!!

അവളുടെ വിരലുകൾക്കിടയിലൂടെ കൂടെത്തന്നെ അമ്മക്കിളിയുടെ തേങ്ങൽ തെന്നിയകന്നു.

രണ്ട്

മഹാറാണിയുടെ കൂടിക്കാഴ്ച അവസാനിച്ചിട്ടുണ്ടാകും. പ്രസേനനും രാജസേനനും മാത്രമാണ് മന്ത്രിസഭയിൽ വിശ്വാസയോഗ്യർ. കേമനെന്നു കരുതിയ മുഖ്യമന്ത്രിയുടെ നിറംമാറ്റം ബലന് ഇനിയും ഉൾക്കൊള്ളാനായില്ല. ഉത്സവത്തിന്റെ തയ്യാറെടുപ്പുകൾക്ക് മുമ്പായി മഹാറാണി ബൃഹദ്യുമ്നനെ വിളിച്ചിരുന്നു. മക്കളില്ലാത്ത പക്ഷം രാജാവിന്റെ കിരീടം മുഖ്യമന്ത്രി തിരഞ്ഞെടുക്കുന്ന വ്യക്തിക്കാണ്. യോഗ്യതയുള്ള ആരെയും പരിഗണിക്കാം. അയാളുടെ തീരുമാനം അറിയാനാണ് വിളിപ്പിച്ചത്. രാജകുമാരിയുടെ കാര്യം കേട്ടതും മുഖം മാറി. "ഒരു രാജകുമാരിക്ക്..." എന്താണിത്ര ചിന്തിക്കാൻ? ചാരുചിത്രൻ ഇനിയില്ല. അധികാരം അവന്റെ മോൾക്ക് കിട്ടണം. പെൺമക്കൾക്ക് രാജ്യാവകാശമില്ലെന്ന് നിയമാവലി പറയുന്നുണ്ടോ? തുടർന്നുള്ള സംസാരത്തിൽനിന്നും കുമാരിക്കെന്നല്ല ആർക്കും കിരീടം കൊടുക്കാൻ അയാൾ ആഗ്രഹിക്കുന്നില്ലെന്നു മനസ്സിലായി. പിന്നെയുള്ളത് ഗുപ്തനും ഗുഹനുമാണ്. കൊട്ടാരത്തിൽ ആർക്കും അവരോട് മമതയില്ല. അത്രയ്ക്കാണ് ഗുപ്തന്റെ ധിക്കാരവും മുൻകോപവും. ഗുഹൻ ഭേദമാണെന്നു പറയാറുണ്ട്. ബലന് രണ്ടു പേരെയും ഒരുപോലെ ഇഷ്ടമല്ല.

മാലിനിയല്ലേ ആ പോകുന്നത്? വിശേഷദിവസങ്ങളിൽ കടും വർണ്ണ വസ്ത്രങ്ങളണിയുന്നത് അവളുടെ ശീലമാണ്. കാണുന്നവരുടെ കണ്ണു വേദനിക്കും. അവളെവിടെയാണെന്ന് മാലിനിക്ക് പറയാനാകും. അറയിൽ കാണുന്നില്ല. ഘോഷയാത്രയ്ക്കു പോകില്ലെന്നു പറഞ്ഞിരുന്നതാണ്. അളക നിർബ്ബന്ധിച്ചു കൂട്ടിക്കൊണ്ടു പോയിട്ടുണ്ടാകണം. പോകണമെന്നു താനും പറഞ്ഞിരുന്നു. ഇടനാഴിയിലെ ദീപങ്ങൾ അണയാറായി. അയാൾ മാലിനിയുടെ വഴി തടഞ്ഞു.

"അവളെവിടെ?"
"ആര്?"

* * * * * *

വേദിയുടെ ഇടതു വശത്തായി മുറുകിയ മുഖത്തോടെ മഹാഗുരു ഉപവിഷ്ഠനായിരിക്കുന്നു. മുഖ്യമന്ത്രിയെ കാണാനാകുന്നില്ല. ഗുപ്തനും ഗുഹനും പരസ്പരം സംസാരിക്കുന്നു. മഹാറാണി പതിവു തെറ്റിക്കാതെ അറയിലുണ്ടാകണം. മാലിനി ഇടയ്ക്കിടെ മുകളിൽനിന്നും എത്തി നോക്കുന്നുണ്ട്. തത്സമയം വിവരങ്ങൾ അറിയിക്കാനാകണം. സഭയിലേക്കുള്ള പടികൾക്കു താഴെ ബലൻ വല്യച്ഛനിരിക്കുന്നു. സ്ത്രീകൾക്കു പ്രവേശനമില്ലാത്ത വജ്രഭൂമിയുടെ പൊതുസഭയിൽ അവൾ തല ഉയർത്തിയാണു നില്ക്കുന്നത്. കഠാരയേക്കാൾ കൂർത്ത കണ്ണുകൾ മുറിവേല്പ്പിക്കുന്നുണ്ടാകണം. എന്നിട്ടും മുഖം വാടുന്നില്ല. കൂട്ടുകാരിയുടെ അസാമാന്യമായ മനക്കരുത്ത് എന്നും അളകയെ അതിശയപ്പെടുത്തിയിട്ടേ ഉള്ളൂ. ഒന്നിനും അവളെ നിരുത്സാഹപ്പെടുത്താനാവില്ല. പുരിയുടെ മുഴുവൻ തുറിച്ചു നോട്ടവും കൂസലില്ലാതെ സഹിക്കാൻ മറ്റാർക്കു കഴിയും? ജനിച്ചപ്പോഴേ അമ്മ മരിച്ചു. പ്രതാപ്വാഢയുടെ ആൾക്കാർക്ക് അവൾ അമ്മയെ കൊന്ന ശാപമാണ്. ഇന്നേവരെ അമ്മാവൻ അവളെ കാണാൻപോലും കൂട്ടാക്കിയിട്ടില്ല. അവർ വജ്രഭൂമിയുമായി സകല ബന്ധവും വിച്ഛേദിച്ചു. പിന്നെ ജീവിതത്തിലെല്ലാം അവൾക്ക് അച്ഛനായിരുന്നു. ഇപ്പോഴിതാ അദ്ദേഹവും യാത്രയായി. അവൾ നിയന്ത്രണം വിട്ടില്ല. സ്വയം സമാധാനിപ്പിച്ചു. ജീവിതത്തിന്റെ വഴിയിലേക്ക് കൂടുതൽ ഉണർവ്വോടെയാണ് അവൾ തിരിച്ചെത്തിയത്.

ഇക്കഴിഞ്ഞ നാളുകളിൽ ഓരോ നിമിഷവും അളക കൂട്ടുകാരിക്കൊപ്പം ഉണ്ടായിരുന്നു. ഒരുപാടു നിർബ്ബന്ധിച്ചാണ് ഘോഷയാത്രയ്ക്കു വന്നത്. പാതി വഴിയിൽവെച്ചു മഹാറാണിയെ കാണിക്കാൻ വല്യച്ഛൻ വന്നു വിളിച്ചുകൊണ്ടുപോയി. ആഘോഷം മുഴുവൻ സമാപിച്ചു താൻ മടങ്ങിയിട്ടും അവൾ വന്നില്ല. അമ്മയുടെ അറയിലും കയറിയിട്ടാണു വരുന്നതെന്നു പറഞ്ഞപ്പോൾ ഊഹിച്ചു. മനസ്സിലെന്തൊക്കെയോ തീപ്പൊരികളുണ്ട്. അടുത്തിരുന്ന അവൾ സഭയിലേക്കു കയറിച്ചെന്നപ്പോഴാണ് അളകയ്ക്ക് കാര്യങ്ങളെല്ലാം തെളിഞ്ഞു വന്നത്. ഒരു കാര്യം ഉറപ്പാണ്. ഒന്നും ചിന്തിച്ചുറപ്പിക്കാതെ അച്ഛമ്മയുടെ വാക്കുകൾ മാത്രം കേട്ട് അവൾ ഇറങ്ങിത്തിരിക്കില്ല. സിംഹാസനം ആവശ്യപ്പെട്ടെങ്കിൽ അത് തീരുമാനിച്ചുറപ്പിച്ചു തന്നെയാകും. അവളുടെ കഴിവിലും കരുത്തിലും അളകയ്ക്ക് പൂർണ്ണ വിശ്വാസമുണ്ട്. പക്ഷേ, മഹാറാണിയായി ഒരിക്കലും സങ്കല്പിച്ചു നോക്കിയിട്ടില്ല. സ്ത്രീകൾക്ക് വജ്രഭൂമി അധികാരം നല്കാറില്ല. മഹാരാജാവു ക്ഷണിച്ചാൽ മഹാറാണിക്ക് സഭയിൽ അദ്ദേഹത്തോടൊപ്പമിരിക്കാം. അല്ലാതെ, ഒന്നിലും ഇടപെടാൻ

അവകാശമില്ല. നൂറ്റാണ്ടുകളുടെ ഇത്തരം നിയമങ്ങളാണ് തന്റെ സങ്കല്പത്തിനു നിറമില്ലാതാക്കിയത്. നിയമങ്ങളെ പിഴുതെറിയുന്നത് കൂട്ടുകാരിക്കു വിനോദം. ഇത്തവണ എളുപ്പമാവില്ല. കടുംപിടുത്തമുള്ള മന്ത്രിസഭയാണ്. ഒരു മാറ്റവും പെട്ടെന്നു നടക്കില്ല. ദുഃഖാചരണവും ഉത്സവവുമൊക്കെയായി ഇപ്പോൾത്തന്നെ അഭിഷേകം ഒരുപാടു നീണ്ടു. ഇനിയും സിംഹാസനം ഒഴിച്ചിടുമെന്നു തോന്നുന്നില്ല. തന്റെ വിവേചനാധികാരത്തിലൂടെ എത്രയും വേഗം മുഖ്യമന്ത്രിക്ക് ഒരാളെ കണ്ടെത്തിയേ തീരൂ.

മുഖ്യമന്ത്രി അവളെ തെരഞ്ഞെടുക്കില്ലെന്ന് അളകയ്ക്ക് നന്നായറിയാം. എങ്കിലും മനസ്സുമുഴുവൻ പ്രാർത്ഥനയാണ്. തിരിച്ചു പടികളിറങ്ങുമ്പോൾ കൂട്ടുകാരിയുടെ തലയിൽ കിരീടമുണ്ടാകണേ എന്ന പ്രാർത്ഥന. വജ്രഭൂമിയുടെ സുകൃതമാകുമത്. അല്ലെങ്കിലും സ്ത്രീകളെ മാറ്റി നിർത്താൻ കാരണമൊന്നുമില്ല. കൂവിയും ആർത്തും അവളെ പിന്തിരിപ്പിക്കാൻ നോക്കുന്നവർ ചിന്തിക്കുന്നത് നല്ലതായിരിക്കും. പാരമ്പര്യത്തിന്റെയും നിയമത്തിന്റെയും വില ചിന്താശക്തിയാണോ? അതോ നിയമത്തെ ചോദ്യം ചെയ്യാനുള്ള അധൈര്യമാണോ ആക്രോശമായി പുറത്തു വരുന്നത്? മനുഷ്യമനസ്സു പ്രവചിക്കുന്ന യന്ത്രം അത്യാവശ്യമാണ്.

മന്ത്രിസഭയുടെ ചർച്ച പുരോഗമിക്കുന്നതേ ഉള്ളൂ. പ്രസേനനും രാജസേനനും സംസാരിച്ചു കഴിഞ്ഞു. അവർ പറഞ്ഞതെല്ലാം ന്യായമാണ്. സ്ത്രീകൾക്ക് ശാരീരികമായ ശക്തിക്കുറവുണ്ട്. പക്ഷേ, അവൾക്കു നിസ്സീമമായ ധൈര്യവും നിശ്ചയദാർഢ്യവുമുണ്ട്. രാജാവു ചെയ്യേണ്ടത് യുദ്ധവും വെട്ടിപ്പിടിക്കലുമല്ല. അതിന് സൈന്യവും സൈന്യാധിപനുമുണ്ട്. പ്രജാപരിപാലനമാണ് രാജാവിന്റെ കർത്തവ്യം. മനസ്സിൽ സ്നേഹമൊഴുകുന്ന സ്ത്രീക്ക് അതു നന്നായി ചെയ്യാനാകും. പക്ഷേ, കൈയടിക്കാൻ താനൊറ്റയ്ക്കായിരുന്നു. ന്യായവും യുക്തിയും പാരമ്പര്യത്തേക്കാൾ വലുതല്ല. രക്തബന്ധം അഭിപ്രായത്തിനു നിറം ചേർക്കുമെന്നു പറഞ്ഞ് ഗുഹൻ സംസാരിക്കാതെ പിന്മാറി. ഇനി ഗുപ്തന്റെ ഊഴമാണ്. എല്ലാവരുടെയും അഭിപ്രായങ്ങൾ കേട്ട ശേഷം മുഖ്യമന്ത്രി തീരുമാനം പ്രഖ്യാപിക്കുന്നതായിരിക്കും.

ഗുപ്തൻ മെല്ലെ എഴുന്നേല്ക്കുന്നുണ്ട്. അയാളുടെ മുഖം മുഴുവൻ പുച്ഛമാണ്. എന്തോ നിർബ്ബന്ധത്തിനു വഴങ്ങി സംസാരിക്കുന്നതു പോലെ. എഴുന്നേറ്റിട്ടും അയാൾ കുറച്ചു നേരത്തേക്കു മിണ്ടിയില്ല. ചുറ്റിലും വെറുപ്പോടെ നോക്കി. അവളുടെ നേരെ മുഖം തിരിച്ച് എന്തോ ഒരുതരം ഭാവം കാണിച്ചു. അവൾ പ്രതികരിക്കാതിരുന്നത് മഹാത്ഭുതം തന്നെ. താനായിരുന്നെങ്കിൽ അയാളെ വേദിയിൽനിന്നും വലിച്ചു പുറത്തിട്ടേനെ. അയാൾ കളിയാക്കുന്നതുപോലെ മുഖം വക്രിച്ചു മുരടനക്കി.

"എല്ലാവ..."

"ഒരു നിമിഷം, പ്രഭോ." അമാത്യൻ താണു തൊഴുത് വേദിയിലേക്കു

കിതച്ചു കയറി. ഗുപ്തന്റെ ഒറ്റ നോട്ടത്തിൽ അയാൾ മുഖ്യമന്ത്രി ക്കടുത്തെത്തി. “എന്താണിത്.” ഗുപ്തന് അസ്വസ്ഥത മറയ്ക്കാനായില്ല. ബൃഹദ്യുമ്നൻ അയാളോട് നിർത്താൻ ആംഗ്യം കാണിച്ചു. ഗുപ്തന്റെ വാക്കുകൾ വിലക്കണമെങ്കിൽ കാര്യം ഗൗരവമുള്ളതാണ്. ഒരു ചെറുപ്പ ക്കാരൻ അമാത്യനു പിന്നാലെ പതിയെ നടന്നെത്തി. അന്യദേശക്കാര നാണെന്നു തോന്നുന്നു. പിറുപിറുക്കലുകൾ നിന്നു. യുദ്ധസന്ദേശമെന്നു പുരി വീർപ്പടക്കി. കഴിഞ്ഞ കുറെ നാളുകളായി നാഥനില്ലാത്ത രാജ്യം സുരക്ഷാ ഭീഷണിയുള്ളതാണെന്നും ജാഗ്രത വേണമെന്നും പെരുമ്പറ പതിവായിരുന്നു. ചെറുപ്പക്കാരൻ ബൃഹദ്യുമ്നു ചുരുൾ കൈമാറി.

“എന്താണിതെല്ലാം?”

“ഒന്നു നില്ക്കൂ.” മുഖ്യമന്ത്രി അക്ഷമനായ ഗുപ്തനെ വീണ്ടും തടഞ്ഞു. സന്ദേശം വായിക്കുന്നതാണ് അത്യാവശ്യം. ഗുപ്തൻ സ്വന്തം ഇരിപ്പിടത്തിലേക്കു മടങ്ങി. അയാളുടെ വട്ടക്കണ്ണുകൾ മുഖ്യമന്ത്രിയിൽ ചൂഴ്ന്നുനിന്നു. നീരസം ഇമ വെട്ടി. വായന തീർന്നപ്പോൾ ബൃഹദ്യുമ്നൻ വേദിയുടെ മുന്നിലേക്കു കടന്നുനിന്നു.

“സന്തോഷ വാർത്ത. നമ്മുടെ രാജകുമാരിക്ക് വിവാഹഭ്യർത്ഥന വന്നിരിക്കുന്നു.”

പുരി ആദ്യം നിശ്വസിച്ചു. പിന്നെ ചാറ്റൽ പോലെ ഇരമ്പലായി. അളകയ്ക്ക് പെട്ടെന്ന് മിന്നൽ കണ്ടതായി തോന്നി. അവളുടെ നില്പ്പ് കണ്ടാലറിയാം. എന്താണു നടക്കുന്നതെന്ന് അവൾക്കും മനസ്സിലാകു ന്നില്ല. ഞെട്ടലും ആശ്വാസവും അവിശ്വാസവും കലർന്ന അവസരത്തി ലേക്ക് ഗുപ്തൻ ചാടിയെഴുന്നേറ്റു. മുഖ്യമന്ത്രി ബാക്കി പറയാൻ നില്ക്കെ അയാളുടെ കൈയിൽനിന്നും സന്ദേശം തട്ടിയെടുത്തു. “ഇനിയെന്റെ ഊഴം.” ബൃഹദ്യുമ്നൻ ഞെട്ടൽ കാണിക്കും മുമ്പേ അയാൾ തിരിഞ്ഞു. കൈയിലെ ചുരുൾ മുകളിലേക്കു വീശി എല്ലാവരെയും കാണിച്ചു. പിന്നെ അവളുടെ മുന്നിലേക്കു നിവർത്തിക്കാട്ടി.

“ഇതു വിധിയുടെ പാഠമാണ്. ഇതാണു നിന്റെ വഴിയെന്ന സൂചന യാണിത്. അല്ലെങ്കിൽ ഈ വേളയിൽ ഇതിവിടെ എത്തില്ല. ബുദ്ധിമോശം കൊണ്ടു നീ പറഞ്ഞതെല്ലാം ഞങ്ങൾ മറന്നേക്കാം. ഇത്രയും തല മുതിർന്ന പ്രസേനനും രാജസേനനും പറഞ്ഞതുതന്നെ കേട്ടില്ലേ? അത്ര കേമരാണെങ്കിൽ ഇക്കാലമത്രയും സ്ത്രീകളെ മാറ്റി നിർത്തിയതെന്തിന്? അതിനും കാണും കാരണങ്ങൾ. പൂർവ്വികരെ മൂഢരായി കാണരുത്.

കുമാരിയുടെ ഇളയച്ഛനെന്ന നിലയിൽ ഞാൻ വേണമെങ്കിൽ മറുപടി കൊടുക്കാം. പെണ്ണിന്റെ തലയിൽ പൂമാലയേ ചേരൂ. വെറുതെ കിരീടം സ്വപ്നം കാണണ്ട.”

ചിറി കോട്ടിയ ചിരി തെല്ലിട നീട്ടി അയാളാ ചുരുൾ അവൾക്കു നീട്ടി. അളകയ്ക്ക് കൂട്ടുകാരിയുടെ മുഖം വ്യക്തമായില്ല. അവളതു കൈനീട്ടി വാങ്ങി. ഗുപ്തൻ ഇനിയൊന്നും തനിക്കറിയേണ്ടെന്നമട്ടിൽ തിരികെ പോയിരുന്നു. മുഖ്യമന്ത്രി അപ്പോഴും പരുങ്ങലിൽത്തന്നെ നിന്നു. ഗുപ്തൻ

മുടക്കിയ വാചകം അയാൾ ഓർത്തെടുക്കാൻ നോക്കി. അതിനുമുമ്പേ അവൾ നടന്നു ദൂതന്റെ മുന്നിലെത്തിയിരുന്നു. സന്ദേശം മടക്കി കൊടുത്തതു കണ്ടു. പറഞ്ഞതൊന്നും വേദി വിട്ടില്ല. ഒരു നിമിഷത്തെ മൗനത്തെ പിന്നിലാക്കി ദൂതൻ യാത്രയായി.

"സമയം വൈകുന്നു."

മഹാഗുരുവിന്റെ ശബ്ദം. ഇതുപോലെ അപൂർവ്വമായാണ് അദ്ദേഹം സംസാരിക്കാറ്. അവൾ പഴയ സ്ഥാനത്തുതന്നെ വന്നുനിന്നു. അമാത്യൻ വേദി വിട്ടു. മുഖ്യമന്ത്രി ഗാഢമായി ചിന്തയിൽ മുഴുകി. അയാൾ പ്രഖ്യാപനം നടത്തേണ്ട വേളയാണ്.

"ബഹുമാന്യനായ ഗുരു, മന്ത്രിമാരേ, പ്രജകളേ,

വജ്രഭൂമിയുടെ ചരിത്രത്തിലാദ്യമായാണ് ഒരു രാജകുമാരി അവകാശ വാദമുയർത്തുന്നത്. പ്രസേനൻ ചൂണ്ടിക്കാണിച്ചതു പോലെ സ്ത്രീകൾക്ക് അവകാശം നിഷേധിക്കുന്നതിനായി നിയമാവലി പറയുന്നില്ല. എന്നാലും മഹാറാണി ഭരിക്കുന്നത് നമ്മുടെ പാരമ്പര്യത്തിലില്ല. ഇക്കാലമത്രയും തുടർന്നുവരുന്ന രീതിയെ പെട്ടെന്നു അട്ടിമറിക്കുന്നത് ഭരണസംവിധാനത്തെ സ്വാധീനിച്ചേക്കും. അതിനാൽ......"

"അതിനാൽ പരമ്പരയേക്കാൾ, ചിട്ടകളേക്കാൾ വലുതാണ് തന്റെ മൂല്യമെന്നു വാദി തെളിയിക്കേണ്ടിയിരിക്കുന്നു. ഏതൊരാൾക്കും അവസരം നല്കേണ്ടത് നല്ല നിയമവ്യവസ്ഥയുടെ അടിസ്ഥാനമാണ്. കുമാരിക്കും സ്വന്തം കഴിവു തെളിയിക്കാൻ അവസരം കിട്ടണം. കടുത്ത പരീക്ഷണമായിരിക്കും. വിജയിച്ചാൽ സിംഹാസനമാണു പാരിതോഷികം. പരാജയപ്പെട്ടാൽ വാദം പിൻവലിക്കണം. പരീക്ഷണത്തിനു ധൈര്യമില്ലെങ്കിൽ പറയാം. വാദം തള്ളി ഞാൻ മറ്റൊരാളെ തിരഞ്ഞെടുക്കാം."

അയാൾ നിർത്തി. അവരുടെ മറുപടി കാത്തുനില്ക്കുകയാണ്. ഒരു നിമിഷാർദ്ധം കാത്തുനില്ക്കേണ്ടി വന്നില്ല. "എന്റെ മൂല്യവും അർഹതയും തെളിയിക്കേണ്ടത് എന്റെ ആവശ്യമാണ്. ഏതു പരീക്ഷണത്തിനും തയ്യാർ." ബൃഹദ്യുമ്നൻ തല കുലുക്കി ശരിവെച്ചു. അയാളുടെ മുഖം പൂത്തുലഞ്ഞു.

"സ്വന്തം അർഹത തെളിയിക്കാൻ കുമാരിക്ക് വജ്രഭൂമി തരുന്ന അവസരമാണിത്. നമുക്ക് സമയമില്ല. ഒരു സിംഹാസനവും ഇത്രനാൾ ഒഴിഞ്ഞിടരുത്. രാജ്യത്തിന്റെ സുരക്ഷയ്ക്ക് അതു ഭീഷണിയാണ്. എത്രയുംവേഗം നമുക്കൊരു തീരുമാനം വേണം. അതുകൊണ്ട് കുമാരിക്കു കിട്ടുന്ന പരമാവധി സമയം നാല്പതു നാളുകളാണ്. അത്രയും നാളത്തെ ഒരു പരീക്ഷണം. ഈ കാലയളവിനുള്ളിൽ കുമാരി സ്യമന്തകം കൊട്ടാരത്തിലെത്തിക്കണം. വജ്രഭൂമിയുടെ മഹാറാണി ആകാൻ യോഗ്യത തെളിയിക്കണം. നാല്പത് നാൾ അവസാനിക്കുന്നത് ഒരു പൗർണ്ണമിയോടെയാണ്. അടുത്ത പ്രഭാതത്തിൽ ക്ഷേത്രമണി മൂന്നു തവണ മുഴങ്ങുന്നതിനുമുമ്പ് തിരിച്ചെത്തണം. ഒരു നിമിഷം വൈകിയാലും പരാജയം."

അളകയുടെ ശ്വാസം തിങ്ങി. സ്യമന്തകം!! ചതിയാണ്. കൊടും ചതി. അവസരം തരാമെന്നു പറഞ്ഞിട്ട്! ബൃഹദ്യുമ്നന്റെ മുഖം തെളിഞ്ഞത് വെറുതെയല്ല. ആൾക്കൂട്ടവും അനങ്ങിയില്ല. നാല്പതു നാളുകളോ? കേവലം നാല്പതു നാളുകൾ. അളക കൂട്ടുകാരിയുടെ കണ്ണുകൾ തിരഞ്ഞു. അവൾ ഇങ്ങോട്ടു നോക്കുന്നതേയില്ല. അളക ആരോടെന്നില്ലാതെ പറഞ്ഞു. "മറ്റൊരു അവസരം ചോദിക്കൂ. ഇതു ചതിയാണ്. കെണിയിൽ വീഴ്ത്തുകയാണ്. ഇതു പറ്റില്ലെന്നു പറയൂ. മറ്റൊരു അവസരം വേണമെന്നു പറയൂ." അളകയ്ക്ക് കണ്ണുകൾ പൊള്ളി. എങ്ങനെയാണ് അവളെ ഇതൊന്നു അറിയിക്കാൻ കഴിയുക?

"ഞാൻ വരും. ഒരു നിമിഷാർദ്ധം വൈകാതെ സ്യമന്തകം നേടി ഞാൻ തിരിച്ചുവരും."

അവൾ തീരുമാനിച്ചു കഴിഞ്ഞു. അളക തല കുനിച്ചു. ഇനിയെന്തു ചെയ്യാനാണ്? ജനക്കൂട്ടം ആരവത്തോടെ അതിനെ വരവേല്ക്കുന്നു. അവളുടെ വിധിയെ പരിഹസിക്കുകയാണ്. ജനത്തിന്റെ ഇംഗിതത്തിനനുസരിച്ച് കാര്യങ്ങൾ നടക്കാൻ പോകുന്നു. അളകയുടെ ബോധമറ്റ മനസ്സ് ബലന്റെ ആർപ്പു മാത്രം വേറിട്ടു കേട്ടു.

"രാജകുമാരി ചിത്രാംഗദ വിജയിക്കട്ടെ."

* * * * * *

സ്യമന്തകത്തിനെക്കുറിച്ചുള്ള കഥകൾക്ക് ഏറെ പഴക്കമുണ്ട്. പലരും പല കഥയാണു പറയുന്നത്. അതിലേറ്റവും പ്രചാരമുള്ള കഥ ഇങ്ങനെയാണ്.

സൂര്യദേവനാണ് സ്യമന്തകം സൃഷ്ടിച്ചത്. സത്രജിത്ത് എന്ന നാട്ടുപ്രമാണിയുടെ ഭക്തിയിൽ പ്രീതിപ്പെട്ട ദേവൻ അതയാൾക്കു സമ്മാനമായി നല്കി. രത്നത്തിന്റെ പ്രഭാവം അയാളുടെ ജീവിതത്തിൽ സമ്പത്തും സമൃദ്ധിയും കൊണ്ടുവന്നു. പക്ഷേ, എന്തുണ്ടായാലും സ്വഭാവശുദ്ധി ഇല്ലെങ്കിൽ പ്രയോജനമില്ല. രാജകുമാരനായ വാസുദേവന്റെ ജനപ്രീതിയിൽ അയാൾ അസൂയപ്പെട്ടു. സ്വന്തം സഹോദരൻ പ്രസേനന്റെ കൈവശം രത്നം സൂര്യക്ഷേത്രത്തിൽ സ്ഥാപിക്കാനായി കൊടുത്തയച്ചു. എന്നിട്ട് വാസുദേവൻ സ്യമന്തകം മോഷ്ടിച്ചുവെന്ന് അദ്ദേഹം ആരോപിച്ചു. സത്രാജിത്തിന്റെ മകൾ സത്യഭാമ രാജകുമാരനെ പ്രണയിക്കുന്നുണ്ടായിരുന്നു. അവൾ പിതാവിന്റെ ചതി കുമാരനെ അറിയിച്ചു. യാത്രയ്ക്കിടെ പ്രസേനൻ വന്യമൃഗങ്ങളാൽ കൊല്ലപ്പെട്ടിരുന്നു. വനത്തിൽ നഷ്ടപ്പെട്ടുപോയ രത്നത്തെ വാസുദേവൻ കണ്ടെടുത്ത് സത്രാജിത്തിനു മടക്കി നല്കി. വൈരം വെടിഞ്ഞ അദ്ദേഹം കുമാരനെ ജാമാതാവായി സ്വീകരിച്ച് രത്നം ഉപഹാരമായി നല്കി. പക്ഷേ, വാസുദേവൻ അത് അധികകാലം കൈയിൽ വെച്ചില്ല. അദ്ദേഹം അതൊരു പണ്ഡിതനു കൊടുത്തു. പിന്നീടത് അയാളുടെ പരമ്പരകൾ തോറും കൈമാറി വന്നു.

മയൂർഘട്ടിലെ വസന്തോത്സവം കലയുടെ ഉത്സവമാണ്. കലാകാരന്മാരുടെ ഒത്തുകൂടലാണ് നടക്കുക. ഒരിക്കൽ ആ പണ്ഡിതകുടുംബത്തിലൊരാൾ ഉത്സവത്തിനു പങ്കെടുക്കാനെത്തി. മയൂർഘട്ടിലെ രാജകുമാരി ഭാനുമതിയുടെ സംഗീതത്തിലെയും നൃത്തത്തിലെയും അസാമാന്യമായ പാടവം കണ്ട അദ്ദേഹം അവൾക്ക് സ്യമന്തകം കൊടുക്കാനാഗ്രഹിച്ചു. അതിന്റെ ശക്തിയറിഞ്ഞിട്ടും ഭാനുമതി അതു തെറ്റായ രീതിയിൽ ഉപയോഗിക്കാൻ കൂട്ടാക്കിയില്ല. രാജ്യനന്മയ്ക്കുവേണ്ടി അവളതിനെ പൂജിച്ചു. അവിടത്തെ സൈന്യാധിപൻ അത്യാഗ്രഹിയായ കുടിലബുദ്ധിക്കാരനായിരുന്നു. അയാൾ കുമാരിയെയും സ്യമന്തകത്തെയും സ്വന്തമാക്കാൻ കൊതിച്ചു. അകന്ന ബന്ധുവാണെന്നത് ഉപയോഗപ്പെടുത്തി അയാൾ മഹാരാജാവിനെ വിവാഹത്തിനു സമ്മതിപ്പിച്ചു. പക്ഷേ, ഒരു കലാകാരനുമായി പ്രണയത്തിലായിരുന്ന കുമാരി അയാളെ പരസ്യമായി നിഷേധിച്ചു. അയാളുടെ ദുരഭിമാനത്തിന് ആ തിരസ്കാരം സഹിക്കാനായില്ല. ഒരു പറ്റം നാഗന്മാരുമായി ചേർന്ന് കൊട്ടാരം ആക്രമിച്ച് മഹാരാജാവിനെയടക്കം വധിച്ചു. എന്നിട്ടും രാജകുമാരി തല കുനിച്ചില്ല. അയാൾക്കു മുഖം പോലും കൊടുക്കാതെ സ്വയം അഗ്നിയിലെരിഞ്ഞു. അതിനുശേഷം സ്യമന്തകം ആരും കണ്ടില്ല. അത് അവൾക്കൊപ്പം അപ്രത്യക്ഷമായി.

സ്യമന്തകത്തിന്റെ കഥകേട്ടു മോഹിച്ച ഒരുപാടു പേർ അതിനായി അന്വേഷണം നടത്തി. ആരും അതു കണ്ടിട്ടുപോലുമില്ല.

അവളുടെ മനസ്സിൽ നിറഞ്ഞത് ഭാനുമതിയാണ്. എന്തായിരിക്കും അവരുടെ മനസ്സിലൂടെ കടന്നുപോയിട്ടുണ്ടാകുക? ചുറ്റിലും മൃതദേഹങ്ങൾ. രക്തത്തിന്റെ അറയ്ക്കുന്ന മണം. തളർന്നുപോകുന്ന പ്രതിരോധത്തിന്റെ നിലവിളികൾ. വിജയിയുടെ കരുണയില്ലാത്ത അട്ടഹാസം. ഒറ്റ നിമിഷത്തിലുണ്ടായ ഒറ്റപ്പെടൽ. വേദനയാണോ വെറുപ്പാണോ കൂടുതൽ ശക്തം? അവൾക്കു ചിന്തിക്കാവുന്നതിലും അപ്പുറമാണിതൊക്കെ. ഭാവനയുടെ ചിറകിൽനിന്നും പ്രസേനന്റെ ചോദ്യം അവളെ ഭൂമിയിലിറക്കി.

"എവിടെനിന്നു തുടങ്ങും?"

ശരിയാണ്. എവിടെനിന്നു തുടങ്ങണമെന്ന് ആർക്കുമറിയില്ല. ഒരു പഴങ്കഥ കേട്ടയുടൻ ഇറങ്ങിത്തിരിക്കാൻ പറ്റില്ലല്ലോ. കേവലം നാല്പതു നാളുകളാണ് അവൾക്ക് അനുവദിച്ചു കിട്ടിയിട്ടുള്ളത്. അതിനിടയിൽ സ്യമന്തകം എവിടെയാണെന്നുപോലും കണ്ടുപിടിക്കാൻ കഴിയില്ല. തിരയുന്നതും കണ്ടെത്തുന്നതുമൊക്കെ പിന്നീടല്ലേ? എല്ലാവരുടെ മനസ്സിലും ഈ ചിന്ത തന്നെ. രാജസേനനു പ്രത്യാശ ബാക്കി നില്പുണ്ട്. അയാളെന്തോ വഴി കണ്ടെത്താൻ ശ്രമിക്കുകയാണ്. അവൾ നിശ്ശബ്ദം കാത്തുനിന്നു. ഒടുവിൽ...

"നാഗന്മാർ, കുറച്ചുപേർ വടക്കുനിന്ന് പുരിക്കു പുറത്ത് തമ്പടിച്ചിട്ടുണ്ട്. മൂപ്പന് ഒരു നൂറ്റാണ്ട് പ്രായം വരും. പക്ഷേ, തിളങ്ങുന്ന ഓർമ്മയാണ്. എന്തെങ്കിലുമൊക്കെ പറയാനായേക്കും. എവിടെനിന്നു

തുടങ്ങണമെന്നെങ്കിലും അറിഞ്ഞാൽ....."രാജസേനൻ നിർത്തി.

"ഉം..." അച്ഛമ്മ മുന്നോട്ടാഞ്ഞു. ആദ്യമായാണ് ഈ കൂടിക്കാഴ്ച യിൽ അവരുടെ മുഖം തെളിഞ്ഞുകണ്ടത്. "സമയം കളയാനില്ല. നാളെത്തന്നെ പുറപ്പെടണം. അവരെ കണ്ടിട്ടാകണം തുടക്കം നിശ്ചയിക്കുന്നത്. പുരി വിട്ട്, അതിർത്തി കടക്കും മുമ്പ് അറിയിക്കണം. പിന്നെ മടങ്ങി വരുന്നതുവരെ യാതൊരു ആശയവിനിമയവും വേണ്ട."

"ഉത്തരവ്. മഹാറാണി. അതിർത്തി പിന്നിടുന്ന നിമിഷം ഞാൻ അവിടുത്തെ അറിയിക്കാം." രാജസേനൻ എഴുന്നേറ്റു.

"താങ്കൾ?" ചിത്രാഗംദ രാജസേനനെ അടിമുടി നോക്കി. പ്രായം എഴുപതു പിന്നിടും. മെലിഞ്ഞു ക്ഷീണിതനാണ്. അവളുടെ മനസ്സിൽ അവളും വല്യച്ഛനും അളകയുമാണ് യാത്ര ചെയ്യുന്നത്. എവിടേക്കെന്നറിയാത്ത യാത്രയിൽ..... "താങ്കളും വരുന്നുണ്ടോ?"

രാജസേനൻ ചിരിച്ചു. "ചരിത്രത്തിലേക്കു നടക്കാൻ ആരാണു കൊതിക്കാതിരിക്കുക?"

* * * * * *

ബൃഹദ്യുമ്നന്റെ പോക്കു നിയന്ത്രിച്ചില്ലെങ്കിൽ അപകടമാകും. പുതിയ നടപടികളെല്ലാം അബദ്ധമാണ്. ഇത്രയും നികുതിയിളവ് ഖജനാവു താങ്ങില്ല. ഇന്നലെ നടന്ന രണ്ടു വിചാരണകളിലും നിസ്സാരമായ കുറ്റങ്ങൾക്ക് പിഴയും ചാട്ടയുമാണ് വിധിച്ചിരിക്കുന്നത്.

"മനുഷ്യർ പെട്ടെന്നാണ് മാറുന്നത്. അയാൾ പ്രജകളെ കൈയിലെടുക്കാൻ ശ്രമിക്കുകയാണ്. വിജയിയായി കുമാരി വന്നാലും പ്രജകൾ മുഖ്യമന്ത്രിയെ രാജാവാക്കാൻ പറയണം."

പ്രസേനൻ തല കുലുക്കിയതല്ലാതെ ഒന്നും പറഞ്ഞില്ല. എന്താണു പറയുന്നതെന്നും കേൾക്കുന്നതെന്നും ശ്രദ്ധിക്കുന്നില്ല. മനസ്സാകെ അസ്വസ്ഥമാണ്. അവർ അതിരാവിലെ പുറപ്പെട്ടതാണ്. ഇപ്പോൾ നാഗന്മാരെ കണ്ടുകാണും. എന്തെങ്കിലും വിവരം കിട്ടുന്നതുവരെ സ്വസ്ഥതയില്ല. മഹാറാണിയുടെ മുന്നിൽ അയാൾക്കത് പൂർണ്ണമായി കാണിക്കാനുമാകുന്നില്ല. ആരോ വരുന്നുണ്ടോ? അയാൾ സ്വയമറിയാതെ ചാടിയെഴുന്നേറ്റു. മഹാറാണി നടുങ്ങി.

"എന്തുപറ്റി?"

"അത്...."

വാതിൽ തുറന്നു ദാസി കയറി വന്നു. അവളുടെ കൈയിൽ ചുരുളുണ്ട്. പ്രസേനൻ അതു പിടിച്ചുവാങ്ങി. ഇതു മര്യാദ കാട്ടാനുള്ള സമയമല്ല. മഹാറാണിയും മറ്റൊന്നിനും ശ്രദ്ധ കൊടുക്കുന്നില്ല. കൈ കൊണ്ട് ദാസിയോട് പൊയ്ക്കോളാൻ പറഞ്ഞു.

"ഞങ്ങൾക്ക് പുതിയ വഴി തുറന്നുകിട്ടി. പുറപ്പെടുന്നു."

പ്രസേനൻ തൂണിൽ ചാരി. മഹാറാണി കണ്ണുകൾ ആകാശത്തേക്കുയർത്തി.

മൂന്ന്

സങ്കല്പത്തിനും സ്വപ്നത്തിനും അതീതമാണ് രൂപൽ നഗറിന്റെ സൗന്ദര്യം. പ്രകൃതിയും മനുഷ്യനും സൃഷ്ടിയിലുള്ള തന്റെ മികവു കാട്ടാൻ മത്സരിക്കുകയാണോ എന്നു തോന്നിപ്പോകും. പച്ചയുടെ വലയിലാണ്ടു കിടക്കുകയാണ് നഗരം. ചിരിക്കുന്ന പൂക്കൾ, കൊതിപ്പിക്കുന്ന ഫലങ്ങൾ, മോഹിപ്പിക്കുന്ന കാറ്റ്, ആശ്വസിപ്പിക്കുന്ന കിളിക്കൊഞ്ചലുകൾ, കഥപറഞ്ഞു കുതിക്കുന്ന ജലരേഖകൾ.... നടുവിലായി, മേഘങ്ങളുടെ ഗതി തടയുന്ന ഏഴു പടുകൂറ്റൻ കോട്ടകൾ. എത്ര ശക്തനായ ശത്രുവും കിതച്ചു പോകുന്ന കരുത്ത്. നാലു തലമുറകളുടെ അദ്ധ്വാനത്തിന്റെ കനിയാണ് ഈ കോട്ടകൾ. മഹാരാജാവ് ബലരാമന്റെ കാലത്താണ് കോട്ടയുടെ നിർമ്മാണം തുടങ്ങിയത്. മഹാഗിരിയുടെ മാറു തുരന്ന് ഏറ്റവും ഉറപ്പുള്ള കല്ലുകൾ കൊണ്ടുവന്നു അതിവിദഗ്ദ്ധരായ പതിനായിരത്തിലേറെ തൊഴിലാളികളെ തെരഞ്ഞെടുത്തു പത്തു വർഷത്തിലേറെ, അഹോരാത്രം, വിശ്രമമില്ലാതെ പണിയെടുത്താണ് ആദ്യത്തെ രണ്ടുകരിങ്കൽ കോട്ടകളും നിർമ്മിച്ചത്. കോട്ടയ്ക്കു ചുറ്റിലും എട്ടടി താഴ്ചയുള്ള കിടങ്ങും പണിതു. മുകളിലൊരു നിഴൽ വീണാൽ മതി. മാംസദാഹികളായ മുതലകൾ തല പൊക്കും. കണ്ണെത്താത്ത ഉയരത്തിലൊരു ലോഹവാതിൽകൂടി അദ്ദേഹം പണിയിച്ചു. ആനപ്പടയ്ക്കു പോലും അതിനെ തകർക്കാനാവില്ല. രണ്ടു ചെങ്കൽ കോട്ടകൾ കൂടി പണിയണമെന്ന് അദ്ദേഹം ആഗ്രഹിച്ചിരുന്നു. പൗത്രനായ രത്നാകരൻ അതു പൂർത്തികരിച്ചു. അദ്ദേഹം യുദ്ധവിദഗ്ദ്ധനായിരുന്നു. കോട്ടയുടെ ശക്തിയേക്കാളേറെ മനുഷ്യന്റെ ബുദ്ധിയെ അദ്ദേഹം വിശ്വസിച്ചു. അതിമനോഹരമായ ചെങ്കൽ ഭിത്തിയിൽ സൈനികർക്കായി രഹസ്യ അറകൾ പണിതു. അവർക്കായി ആയുധ അറകൾ പണിതു. ഇനിയും

പുറംലോകമറിയാത്ത പലതും ആ ചുമരുകളിലുണ്ടെന്ന് പറയുന്നു. അഞ്ചാമത്തെ കോട്ടയ്ക്കായി ഭൗമിനിയിൽനിന്നും വെണ്ണക്കല്ല് വരുത്തിച്ചതും ആ കാലത്താണ്. പണിയും ആരംഭിച്ചു. പക്ഷേ, അദ്ദേഹത്തിനതു മുഴുമിക്കാനായില്ല. രൂപൽ നഗറിലെ ഏറ്റവും ഭംഗിയേറിയ വെണ്ണക്കൽ കോട്ടകൾ പണിതതിന്റെ യശസ്സ് മഹാരാജാവ് ദമനുള്ളതാണ്. അറിയപ്പെടുന്ന ശില്പിയായിരുന്ന ദമൻ സ്വന്തം മേൽനോട്ടത്തിൽ രാജവംശത്തിന്റെ ഗാഥകൾ ആലേഖനം ചെയ്തു. വിചിത്രവും മനോഹരവുമായ ജലധാരകളും കണ്ണഞ്ചിപ്പിക്കുന്ന ദീപാലങ്കാരങ്ങളും നിർമ്മിച്ചു. അദ്ദേഹത്തിന്റെ മരണശേഷം പത്നിയായ മധുമതി വെള്ളിക്കോട്ടയുടെ പണി തീർത്തു. നല്ലൊരു ചിത്രകാരിയായിരുന്ന മഹാറാണി കോട്ടയെ അലങ്കരിക്കാനായി സ്വർഗ്ഗതുല്യമായ ഉദ്യാനമൊരുക്കി. തലമുറകൾക്കിപ്പുറം ഇന്നും കലയുടെ വസന്തഭൂമിയിൽ ചന്ദ്രക്കലയായി രൂപൽ നഗരിയുടെ കോട്ടകൾ വിളങ്ങുന്നു.

ആക്രമണഭീഷണിയില്ലാത്തപ്പോൾ കോട്ടകൾ തുറന്നു തന്നെയിടും. രാജ്യത്തിന്റെ മൂന്നിലൊന്നു സൈന്യവും തമ്പടിച്ചിരിക്കുന്നത് ആദ്യത്തെ കരിങ്കൽ കോട്ടയിലാണ്. രാജ്യാർത്തിയിൽനിന്നുവരെ നിമിഷങ്ങൾക്കകം അവർക്കു ചാരസന്ദേശം ലഭിക്കും. പ്രത്യേകം പരിശീലിപ്പിച്ച വേട്ടനായ്ക്കളും ദൂതപ്പറവകളും അവർക്കുണ്ട്. മൂന്നു തരത്തിലുള്ള സൈനികരാണ് ഇവിടെയുള്ളത്. കടും പച്ച വസ്ത്രം ധരിച്ചവർ കാവൽ നില്ക്കുന്നവരും ചരക്കുകൾ പരിശോധിക്കുന്നവരുമാണ്. ചുവപ്പു വസ്ത്രധാരികളായ സൈനികർ ദേഹപരിശോധന നടത്തും. മൂന്നാമത്തെ കൂട്ടർ എപ്പോഴും കുടീരങ്ങളിലാണുണ്ടാകുക. അടിയന്തര സാഹചര്യത്തിൽ യുദ്ധസജ്ജരായി അവർ പുറത്തുവരും. സ്ത്രീകളുടെ ദേഹ പരിശോധന നടത്താൻ സൈന്യത്തിന് പ്രത്യേക വനിതാ വിഭാഗം തന്നെയുണ്ട്. അടുത്ത കാലത്തുവന്ന പരിഷ്കാരമാണിത്. അവർ മുടി ചെറുതായി വെട്ടി. തവിട്ടു വസ്ത്രം ധരിക്കും. ആരെങ്കിലും അപമര്യാദ കാട്ടിയാൽ അയാളെ കൊന്നുകളയാൻവരെ അവർക്കവകാശമുണ്ട്.

ആതിഥ്യ മര്യാദയിൽ മുൻപന്തിയിലാണ് രൂപൽ നഗർ. അതിഥികളെ ആദരപൂർവ്വം ക്ഷണിച്ച് തങ്ങളുടെ നഗരം ചുറ്റിക്കാണിക്കുന്നത് അവർക്കൊരു ഹരമാണ്. നിഷ്കളങ്കതയുടെയും സത്യസന്ധതയുടെയും പ്രതീകമാണവൾ. കോപിച്ചാൽ സർവ്വ വിനാശകാരിയും. ദേവിയുടെ ശാന്തഭാവത്തിന്റെ പ്രാർത്ഥനയിൽ ഒറ്റയിതളുള്ള വെളുത്ത പുഷ്പം നല്കിയാണ് അതിഥികളെ ആനയിക്കുന്നത്.

മഴക്കാലമാണ് വരുന്നത്. മഴക്കാല രോഗങ്ങൾക്ക് മരുന്നുമായി ദൂരദേശ വൈദ്യന്മാർ വരുന്ന സമയം. തീരദേശവാസികളെല്ലാം കോട്ടയുടെ സുരക്ഷയിലേക്കു ചേക്കേറും. ദീർഘയാത്രകൾ നടത്തുന്നവർക്കും കോട്ട ഒരിടത്താവളമാണ്. അതു കൊണ്ടൊക്കെയാകും ആ നാല്വർ സംഘത്തെ അധികമാരും ശ്രദ്ധിക്കാതിരുന്നത്. ബലിഷ്ഠനായ മദ്ധ്യവയസ്കനാണ് മുന്നിൽ നില്ക്കുന്നത്. അയാളുടെ ഒരു കണ്ണിന്

നേരിയ ചുകപ്പു നിറമായിരുന്നു. തോളിൽ തട്ടിയ മുടിയുടെ ചുരുളുകൾ കാറ്റിനൊത്ത് പറന്നു. അരയിലൊരു വലിയ മടിക്കുത്ത്. തന്റെ മുന്നിലെ വലിയ മതിലിനെ അയാൾ നിസ്സംഗതയോടെ നോക്കിനിന്നു. പ്രായം എഴുപതിൽ കുറയാത്ത വൃദ്ധൻ അയാളെ പിന്തുടർന്നു വന്നു. വൃദ്ധന്റെ കണ്ണിൽ കണ്ടത് വിസ്മയമാണ്. അയാളുടെ പാതി മറവീണ കണ്ണുകൾ കരിങ്കൽ കോട്ടയ്ക്കു കണ്ണാടിയായി. പിന്നാലെ വന്നവൾക്ക് തീരെ ചെറുപ്പം. മുഖത്ത് കൗതുകം. അവളുടെ ശ്രദ്ധ മുഴുവൻ തന്റെ കൂട്ടുകാരിയിലായിരുന്നു. അവളാകട്ടെ, കണക്കുകൂട്ടുന്ന കണ്ണുകൾ ചുറ്റിലും പായിച്ച് പുഞ്ചിരിയോടെ നടന്നു. വൃദ്ധന്റെ കൈയിലൊഴികെ മറ്റെല്ലാവരുടെയും കൈയിൽ വലിയ ഭാണ്ഡക്കെട്ടുകളുമുണ്ടായിരുന്നു. എല്ലാവരെയുമെന്നപോലെ അവരെയും സൈനികർ പരിശോധിച്ചു. തെറ്റില്ലെന്നു കണ്ടപ്പോൾ ആചാരപൂർവ്വം വെളുത്ത പുഷ്പം നല്കി ക്ഷണിച്ചു. കൂടുതൽ അമാന്തമില്ലാതെ അടുത്ത കോട്ടവാതിലുകളും അവർക്കായി തുറന്നു, വിസ്മയങ്ങളുടെ പുതിയ ലോകത്തിലേക്ക് കൊണ്ടെത്തിക്കുവാൻ.

കച്ചവടക്കാർ അവരെ തങ്ങൾക്കരികിലേക്കു വിളിച്ചു. കൗതുകത്തോടെ അവർ ചിലയിടത്തെല്ലാം കയറുകയും ചെയ്തു. കണ്ടിട്ടില്ലാത്ത പലചരക്കുകൾ, പേരറിയാത്ത ധാന്യങ്ങൾ, സുഗന്ധം കൊണ്ട് അമ്പരപ്പിക്കുന്ന വ്യഞ്ജനങ്ങൾ, കമനീയമായ കരകൗശല വസ്തുക്കൾ.... പെൺകുട്ടികളിൽ ഒരുവൾക്ക് ചിലതെല്ലാം വാങ്ങണമെന്നുണ്ടായിരുന്നു. പക്ഷേ, അവളുടെ പക്കൽ രൂപൽ നഗറിലെ നാണയങ്ങളുണ്ടായിരുന്നില്ല. സ്വതവേ കർക്കശ സ്വഭാവിയായ കടക്കാരനും അലിവു തോന്നി. നാലു കടകൾക്കപ്പുറം കുറച്ചുള്ളോട്ടായി പ്രവർത്തിക്കുന്ന നാണയ വിനിമയ കേന്ദ്രം അയാൾ കാട്ടിക്കൊടുത്തു. കുറച്ചു സമയം കാത്തുനില്ക്കേണ്ടി വന്നാലും അവർക്ക് ആവശ്യമായ പണം മാറ്റിയെടുക്കാം.

കടക്കാരൻ ചൂണ്ടിക്കാട്ടിയ വഴിയിലേക്ക് അവരിറങ്ങിയതായിരുന്നു. പെട്ടെന്ന് ഒഴുകിയടുത്ത ജനപ്രളയത്തിൽ പെട്ടുപോയി. മുന്നിൽ നടന്ന വൃദ്ധൻ ഏതാണ്ടു വീഴുക തന്നെ ചെയ്തു. ആ പെൺകുട്ടികൾ ശ്രദ്ധിച്ചില്ലായിരുന്നെങ്കിൽ കാര്യമായ അപകടം പറ്റിയേനെ. അന്തിച്ചു നിന്ന അവർക്കിടയിലേക്ക് കടക്കാരൻ എത്തിനോക്കി. “രാജകുമാരൻ!” അയാൾ ശ്വാസിച്ചു. പിന്നെ കൈകൾ വീശിക്കൊണ്ട് ആൾക്കൂട്ടത്തിലേക്ക് ഓടിയടുത്തു. ഒട്ടൊന്നു പരിഭ്രമിച്ചുവെങ്കിലും അതിലൊരു പെൺകുട്ടിയും അവർക്കൊപ്പം കൂടി. അപ്പോഴേക്കും ഓടിയടുത്ത ഭൂരിഭാഗം പേരും ഒരു ഭാഗത്ത് കേന്ദ്രീകരിച്ചിരുന്നു. അവർക്കിടയിലൂടെ മുന്നിലെന്തെന്നു കാണാൻ അവൾ പ്രയാസപ്പെട്ടു. പെരുവിരലിലൂന്നി നിന്നിട്ടും അവൾക്കൊന്നും വ്യക്തമായില്ല. മാന്യനായൊരു വൃദ്ധൻ അവൾക്കു വഴി മാറിക്കൊടുത്തു.

രൂപൽ നഗറിന്റെ രാജകുമാരൻ അനിരുദ്ധനായിരുന്നു അത്, കറുത്ത കുതിരപ്പുറത്ത് ഗൗരവമുഖത്തോടെ. അയാളുടെ പിന്നിൽ രണ്ടു ഭടന്മാർ.

ചങ്ങലയാൽ ബന്ധിക്കപ്പെട്ട് അവശനായൊരു യുവാവ് നിലത്തു മുട്ടുകുത്തിയിരിപ്പുണ്ടായിരുന്നു. അയാൾക്ക് നടക്കാൻ വയ്യെന്നു തോന്നി. കുമാരൻ കഴുത്തു ചെരിച്ച് ചുറ്റിലും നോക്കി. എല്ലാവരും വന്നോയെന്നു നോക്കുന്ന പോലെ. ആൾക്കൂട്ടം വളരുന്തോറും മുഖത്ത് സംതൃപ്തിയുടെ പ്രസാദം.

"രൂപൽ നഗറിലെ മാന്യരായ കച്ചേവടക്കാരേ, പ്രിയപ്പെട്ട പ്രജകളേ, ഏറ്റവും ബഹുമാന്യരായ അതിഥികളേ, ഈ മനുഷ്യനെ കാണുവിൻ." അത്രയും പറഞ്ഞിട്ട് കുമാരൻ അവജ്ഞയോടെ മുന്നിൽ മുട്ടുകുത്തിയിരിക്കുന്ന ചെറുപ്പക്കാരനെ ചൂണ്ടിക്കാട്ടി. "നിർമ്മലയുടെ ഭക്തരാണു നാം. സത്യസന്ധതയിലും പരിശുദ്ധിയിലും ജീവിക്കുന്നവർ. നമ്മുടെ മാർഗ്ഗവും ലക്ഷ്യവും ധർമ്മമാണ്. അതിഥികൾക്ക് ഏറ്റവും സുരക്ഷിതമായ അഭയസ്ഥാനമാണ് നമ്മുടെ കോട്ട. പാപക്കറ പുരളാത്ത ആകാശമാണ് നമ്മുടേത്. നമുക്കിടയിൽ ചതിവിന്റെ പുക പടർത്താൻ ശ്രമിച്ചവനാണിവൻ." ജനങ്ങൾ പിറുപിറുത്തു. ആർക്കും കാര്യം മനസ്സിലായില്ലെന്നു തോന്നി. കുറ്റം ആരോപിക്കപ്പെട്ടവൻ മുഖം കുനിച്ചു തന്നെ പിടിച്ചു. അയാളെ ജനങ്ങളിൽനിന്നും മറച്ചു പിടിക്കാനെന്നോണം ഭടന്മാർ ജാഗരൂകരായി നിന്നു.

"പണം നഷ്ടമാകുന്നു എന്ന നിങ്ങളുടെ പരാതി രാജസഭയെ ശരിക്കും ഞെട്ടിച്ചു. ഒരുനിമിഷം പാഴാക്കാതെ മഹാരാജാവ് എന്നെ നേരിട്ട് അന്വേഷണ ചുമതല ഏല്പിച്ചു. പത്തു ദിവസത്തെ സമയം പോലും അനുവദിച്ചു തന്നില്ല. ഭാഗ്യവും സാമർത്ഥ്യവും ഇത്രനാൾ ഇവനെ രക്ഷിച്ചു. എന്നാൽ, നിർമ്മല അനുഗ്രഹിച്ച നമ്മുടെ സൈന്യത്തെ തോല്പിക്കാൻ ഇവനായില്ല. കുറ്റവാളിയുടെ വിചാരണ നാളെയാണ്. അതിനുമുമ്പ് നിങ്ങളുടെ അഭിപ്രായം അറിയേണ്ടത് ആവശ്യമാണെന്ന് എനിക്ക് തോന്നി. നിങ്ങളാണ് പരാതിക്കാർ. നഷ്ടമുണ്ടായത് നിങ്ങൾക്കാണ്. പറയൂ. നമ്മുടെ രാജ്യത്തിന്റെ യശസ്സിനു കളങ്കമുണ്ടാക്കിയ ഈ മോഷ്ടാവിനെ എങ്ങനെയാണു ശിക്ഷിക്കേണ്ടത്?"

പിന്നീടങ്ങോട്ട് അവ്യക്തമായ ആക്രോശങ്ങളാണുയർന്നത്. ചാട്ടവാറിനടിക്കണമെന്നും പിഴയടപ്പിക്കണമെന്നും കാരാഗൃഹത്തിലടയ്ക്കണമെന്നും എന്തിന് വധശിക്ഷ നല്കണമെന്നുവരെ കേട്ടു. ചെറുപ്പക്കാരന്റെ മുഖം വീണ്ടും താഴ്ന്ന് ഭൂമിക്കു സമാന്തരമായി. അവനു പിന്നിൽ ഭടന്മാർ അക്ഷമരായി. അശാന്തമായ അന്തരീക്ഷത്തിന് അറുതി വരുത്തിക്കൊണ്ട് കുമാരൻ സംസാരം തുടർന്നു.

"പിഴയൊടുക്കിയാൽ തീരാവുന്ന കുറ്റമാണോ ഇവൻ ചെയ്തത്? അല്ലെന്ന് ഞാൻ വിശ്വസിക്കുന്നു. നമുക്കാകെ പേരുദോഷം വരുത്തുന്ന നീചത്വത്തിന് വെറും പിഴയൊടുക്കൽ പോര. ചാട്ടവാറും കാരാഗൃഹവും വധശിക്ഷയുമൊക്കെ കൊടും കുറ്റവാളികൾ അർഹിക്കുന്നതാണ്. ഇവനു കടുത്ത ശിക്ഷകൾ വിധിച്ചാൽ ക്രൂരമെന്നും അനീതിയെന്നും ലോകം മുദ്രകുത്തും. ഒരു മാതൃകയായി ഇവനെ നാടു കടത്തുകയാണു

വേണ്ടതെന്ന് എനിക്കു തോന്നുന്നു. വഞ്ചനയ്ക്കും ചതിക്കും നമുക്കിടയിൽ സ്ഥാനമില്ല. അത്തരക്കാർക്ക് ഇവിടെ ജീവിക്കാൻ യോഗ്യതയില്ല. നിങ്ങളുടെ അഭിപ്രായം പറയൂ. അതെന്താണെങ്കിലും പണ്ഡിതസഭയിൽ ഞാൻ അവതരിപ്പിക്കാം. പറയൂ."

ഇത്തവണ ജനം വ്യക്തമായി പറഞ്ഞു. "നാടു കടത്തണം." അപമാനത്തിന്റെയും വേദനയുടെയും ഭാരത്താൽ കുനിഞ്ഞുപോയ പ്രതിയെ ഭടന്മാർ പിടിച്ചെഴുന്നേല്പിച്ചു. ഇപ്പോഴവനെ എല്ലാവർക്കും കാണാം, ആ കണ്ണുകളൊഴികെ. അയാളതു ഭൂമിയിൽനിന്നും ഉയർത്തിയതേയില്ല. "തീരുമാനം നിങ്ങളുടേതാണ്. പണ്ഡിതരോടും മന്ത്രിമാരോടും ഞാൻ അപേക്ഷിക്കാം. നാളെ അസ്തമയത്തിനു മുമ്പ് ഇവനെ അതിർത്തി കടത്തിയിരിക്കും. ഇത് ഞാൻ തരുന്ന വാക്കാണ്." ജയ് വിളികൾക്കിടയിലൂടെ കുമാരന്റെ കുതിര ദ്രുതഗതിയിൽ പാഞ്ഞുപോയി. ഭടന്മാർ പ്രതിയുമായി പിന്നാലെയും. ആളുകൾ തമ്മിൽ തമ്മിൽ കുമാരന്റെ നീതി ബോധത്തെ വാഴ്ത്തി. രാജതന്ത്രത്തിൽ അച്ഛനേക്കാൾ നിപുണനാണു മകനെന്ന് ചിലർ വിധിയെഴുത്തായി. പിന്നെ ഉയിരെടുത്ത അതേ വേഗത്തിൽ ജനക്കൂട്ടം പിന്തിരിഞ്ഞുപോയി.

അതിഥികൾ ആരോടും വർത്തമാനത്തിന് നിന്നില്ല. നാണയങ്ങൾ മാറ്റി വാങ്ങി അവർ അടുത്ത കോട്ട വാതിൽ കടന്നു. അവിടെ അതിസുന്ദരികളായ യുവതികൾ കൂട്ടംകൂടി നില്പുണ്ടായിരുന്നു. അവർ കൂട്ടത്തിലെ മദ്ധ്യവയസ്കനെ നോക്കി ചിരിക്കുകയും ചൂളം വിളിക്കുകയും ചെയ്തു. അയാളവരെ തിരിഞ്ഞുനോക്കാൻ പോലും കൂട്ടാക്കിയില്ല. പിന്നാലെ നടന്ന പെൺകുട്ടികൾ ചിരി ഒളിപ്പിച്ചു പിടിച്ചു. തൊട്ടിപ്പുറത്തായി ചില ചെറുപ്പക്കാർ നിന്നിരുന്നു. അവരും അയാളെ നോക്കി ചിരിക്കുകയും ദ്വയാർത്ഥങ്ങളുള്ള പാട്ടുകൾ പാടുകയും ചെയ്തു. ഇത്തവണ അയാൾ നിന്നു. ഇതു പ്രതീക്ഷിച്ചിരുന്നില്ലെന്നു തോന്നി. വൃദ്ധനും അത്ഭുതത്തോടെ ചുറ്റിലും നോക്കി. ഒരുപക്ഷേ, പുരുഷവേശ്യമാർ അവർക്കു പരിചയമുണ്ടാകില്ല. അതിവേഗത്തിലാണ് അവർ ആ കോട്ട കടന്നുപോയത്. അടുത്തത് രൂപൽ നഗറിന്റെ ഏറ്റവും പ്രശസ്തമായ കോട്ടയാണ്, ആറാമത്തെ വെണ്ണക്കൽ കോട്ട, കലാകാരന്മാരുടെ താവളമാണവിടം. മനോഹരമായ രാഗങ്ങളും ചിലങ്കയുടെ താളവും അവർക്ക് കൊട്ടാരം വരെ കൂട്ടുവന്നു. കൊട്ടാരവും ചുറ്റിലെ കോട്ടയും വെള്ളിയാണ്. കോട്ടമതിലുകളിൽ കണ്ണാടികൾ പിടിപ്പിച്ചിരുന്നു. വെള്ളിത്തിളക്കവും കണ്ണാടിയിലെ പ്രതിഫലനവും കണ്ണു ചിമ്മിച്ചു. അതിഥികൾ സ്വർഗ്ഗ കവാടംകണ്ട പോലെ ബോധമകന്നു നിന്നുപോയി. സ്വന്തം കാഴ്ചയിൽ അവർക്കു വിശ്വാസം നഷ്ടമായി.

കാവല്ക്കാർ അവരുടെ ഭാണ്ഡങ്ങൾ അവസാനമായി പരിശോധിച്ചു. ഇനി പരിശോധനകളില്ല. ചോദ്യങ്ങളാണ്. ഒരു ചോദ്യകർത്താവും രണ്ടു ഭടന്മാരുമടങ്ങിയ സംഘത്തെ കടന്നുവേണം സഭയിലെത്താൻ. ചുറ്റിലും ആയുധമേന്തിയ സൈനികരുണ്ടാകും. വരാനുള്ള കാരണവും മറ്റും

വിശദീകരിക്കണം. തൃപ്തികരമെങ്കിൽ സഭയിലേക്ക് കടക്കാം. നേരിട്ട് രാജാവിനോടും പ്രമുഖരോടും സംസാരിക്കാം. അതാണ് അവസാന കടമ്പ. സഭ നടന്നുകൊണ്ടിരിക്കുകയാണ്. മുകളിലെ ചുവന്ന കൊടി അതാണു സൂചിപ്പിക്കുന്നത്. സഭ അവസാനിക്കുമ്പോൾ കൊടി താഴ്ത്തും.

ചോദ്യകർത്താവിന് മടുത്തു തുടങ്ങിയിരിക്കുന്നു. ഇന്ന് ഒരുപാടു പേർ വന്നു. അയാൾ മുന്നിലെ വരി എണ്ണിനോക്കി. ഇനി ആറു പേർ കൂടിയുണ്ട്. അവസാനത്തെ നാലു പേരും ഒരു കൂട്ടമാണ്. ആദ്യത്തെയാൾക്ക് ബോധിപ്പിക്കാനുള്ളത് നിസ്സാരമായ ഭൂമി പ്രശ്നമാണ്. അയാളെ കടത്തിവിട്ടു. സംഘത്തിലെ വൃദ്ധൻ മുന്നിലേക്ക് കയറി നിന്നു. ഒരാൾ കൂടി കഴിഞ്ഞാൽ അയാളുടെ ഊഴമാണല്ലോ. പെൺകുട്ടികളിലൊരുവൾ അയാളെ താങ്ങിപ്പിടിച്ചിരുന്നു. മറ്റവളുടെ മുഴുവൻ ശ്രദ്ധയും തുറന്ന മാനത്താണ്. അവരെയുംകൂടി കയറ്റി വിട്ടാൽ ഇന്നത്തെ ദൗത്യമവസാനിക്കും. സഭ പിരിയാറായി കാണണം. അടുത്തവനെയും പറഞ്ഞു വിട്ടു. വൃദ്ധൻ വേച്ചു. അയാളെന്തോ തന്റെ അടഞ്ഞ സ്വരത്തിൽ പറയാനും തുടങ്ങിയതാണ്. പെട്ടെന്ന് ആ പെൺകുട്ടി ആകാശത്തിൽ നിന്നും കണ്ണുകൾ പറിച്ച് ഉറക്കെ കരഞ്ഞു. “മറന്നു. ഞാൻ മറന്നു.” എന്നിട്ടവൾ കോട്ട വാതിൽ ലക്ഷ്യമാക്കി പാഞ്ഞു. വൃദ്ധന്റെ ശബ്ദം നിലച്ചു. അയാൾ പെൺകുട്ടിയുടെ ഒരു കൈ പിടിച്ച് മറ്റേ കൈ താനിതു വരെ ശ്രദ്ധിക്കാതിരുന്ന നാലാമന്റെ ചുമലിൽ താങ്ങി അവൾക്കു പിന്നാലെ പോയി. എന്തൊരു ശല്യമാണിത്! ഭടന്മാർ കുശുകുശുത്തു. അവർ തിരിച്ചു വരുമോയെന്ന് അയാൾ ഒരു നിമിഷം കാത്തു. ഇല്ലെന്നു കണ്ടപ്പോൾ എഴുന്നേറ്റു. സഭ തീർന്നുവോ. അയാൾ കൊടിമരത്തിലേക്ക് ഉദ്വേഗപൂർവ്വം എത്തിനോക്കി.

അങ്ങനൊന്ന് അയാളാദ്യമായി കാണുകയായിരുന്നു. കഴുത്തിൽ ചുവന്ന വളയമുള്ള, നെറ്റിയിൽ വെളുത്ത പൊട്ടുള്ള ഗരുഡൻ വട്ടമിട്ട് പറക്കുന്നു. അതിന്റെ കാലിൽ ചുകന്ന ചരടു കൊണ്ടെന്തോ കെട്ടി വെച്ചിരുന്നു.

* * * * * *

“വേഗം.” ആവേശംകൊണ്ട് കസ്തൂരിക്കു ശ്വാസം മുട്ടി. ഭാഗ്യത്തിന്റെ കളികൾ! ഇന്നു പുറത്തിറങ്ങിയില്ലായിരുന്നുവെങ്കിൽ ഇവളെ കാണുമായിരുന്നോ? “പറഞ്ഞതൊക്കെ സത്യമാണോ? നിന്റെ മരുന്നു ഫലിക്കുമോ?” കസ്തൂരിക്ക് ഉറപ്പുവേണം. “ഉവ്വ്.” മൂടുപടത്തിനിപ്പുറം അവളെ കാണുന്നതപ്പോഴാണ്. തരക്കേടില്ലാത്ത സുന്ദരി. ഇത്ര ചെറുപ്പമാണെന്ന് കരുതിയില്ല. “കുമാരന് രാത്രിയാണ് അസുഖം വരാറ്. കൈകാലുകളൊക്കെ വിറയ്ക്കും. കടുത്ത അപസ്മാരമാണ്. ഈ ഗ്രീഷ്മകാലത്ത് ഇതിപ്പോൾ രണ്ടു തവണയായി. ഒരുപാടു പേർ വന്നു. പക്ഷേ, രോഗം ഭേദമായില്ല.”

"ഞാൻ കേട്ടിരുന്നു. എന്റെ ഒറ്റമൂലി മൂന്നു പ്രാവശ്യം സേവിച്ചാൽ പിന്നെ അപസ്മാരത്തിന്റെ ശല്യമുണ്ടാകില്ല." ആത്മവിശ്വാസത്തിന്റെ സ്വരം ധാരാളം. കസ്തൂരിക്ക് ഉറപ്പുവന്നു.

കുമുദിനിയുടെ അഹങ്കാരം ഇതോടെ തീർന്നുകിട്ടും. തന്നെപ്പോലെ ഒരു ദാസി മാത്രമാണ്. എന്നിട്ടും എന്തൊരു പുച്ഛമാണ്, വൈദ്യമറിയാം എന്നതുതന്നെ കാരണം. കുമാരനെ ചികിത്സിച്ചു ഭേദമാക്കാൻ അവർക്കു കഴിഞ്ഞില്ലല്ലോ. അതിന്ന് ഇവൾ ചെയ്തു കാണിക്കും.

"എങ്ങോട്ടാണിത്ര തിടുക്കം?"പുച്ഛച്ചുവയിൽ കസ്തൂരി ആളറിഞ്ഞു. ഈ മുടന്തും കൊണ്ടെങ്ങനെയാണ് ഇവരെല്ലായിടത്തും എത്തുന്നത്? കണ്ണുകൾ സദാ തനിക്കു പിറകിലാണോ? എവിടെത്തിരിഞ്ഞാലും അവിടെക്കാണാം. ഇനിയിപ്പോൾ ഇവളാരെന്നറിയണം, അവളുടെ വിശ്വാസ്യത അറിയണം, ഉദ്ദേശ്യമറിയണം.... അതൊന്നും വേണ്ട. ശല്യമാകും മുമ്പേ ഒഴിപ്പിക്കണം.

"ഞാനങ്ങോട്ടു വരാനിരിക്കുകയാണ്. ഇത്തവണ മഹായാഗത്തിന്റെ തയ്യാറെടുപ്പു ചുമതല എനിക്കാണല്ലോ. ചില സംശയങ്ങളുണ്ട്. ഞാൻ വരാം. ഇപ്പോൾ ധൃതിയിലാണ്." കസ്തൂരി പെട്ടെന്നു തിരിഞ്ഞ് പെൺകുട്ടിയോടു പതുക്കെ പറഞ്ഞു. "പോകാം."

"ഇത്?" അവളിലാണു നോട്ടം. തികട്ടി വന്ന ശാപവാക്കുകളെ പുഞ്ചിരികൊണ്ടു മൂടി കസ്തൂരി മുന്നോട്ടു നീങ്ങിനിന്നു. എന്നിട്ട്, പെൺകുട്ടിയെ അവരുടെ ദൃഷ്ടിയിൽനിന്നും മറച്ചു. "ഇപ്പോൾ കോട്ട വാതില്ക്കൽവെച്ചു കണ്ടതാണ്. പല നാടുകളിൽനിന്നുള്ള സുഗന്ധ ദ്രവ്യങ്ങൾ കൈയിലുണ്ടത്രെ! കുമാരന്റെ സുഗന്ധപ്രിയം അറിയാമല്ലോ? നേരിട്ട് കൊണ്ടുകാണിക്കാമെന്നു വെച്ചു." അവരുടെ മുഖം തെളിഞ്ഞില്ല. കസ്തൂരി ഒരു കാര്യം കൂടെ കൂട്ടിച്ചേർത്തു. അവൻ വരാറായി."

"കച്ചവടക്കാരെ അറയിൽ കയറ്റുന്ന പതിവില്ല." അവർ പെൺകുട്ടിയെ സംശയത്തോടെ എത്തി നോക്കുകയാണ്. എങ്ങനെയാണ് ഇവരെയൊന്നു പറഞ്ഞു വിടുക? സംസാരിക്കുന്തോറും ശല്യമായിത്തീരുകയാണ്. "നീ ഏതു നാട്ടുകാരിയാണ്?" പെൺകുട്ടി പരുങ്ങുന്നുണ്ടോ? കളി കൈ വിടുകയാണെന്ന് കസ്തൂരിക്ക് മനസ്സിലായി. കുമുദിനിക്കു സംശയം തോന്നിയാൽ ബുദ്ധിമുട്ടാകും. "നിങ്ങളെക്കാൾ നന്നായി പതിവുകൾ എനിക്കറിയാമെന്നു തോന്നുന്നു. ഇപ്പോൾ ഭരിക്കുന്നത് മഹാരാജാവ് ജയസിംഹനാണല്ലോ." കുമുദിനി പറയാൻ വന്നത് നിർത്തി. പക്ഷേ, നോട്ടമവസാനിപ്പിച്ചില്ല. തല്ക്കാലത്തേക്ക് താൻ ജയിച്ചിരിക്കുന്നുവെന്ന് കസ്തൂരി മനസ്സിലാക്കി. ഇനി അവരെന്തു പറയാൻ? തിരിഞ്ഞു നടക്കുമ്പോൾ അവരുടെ വളർത്തു മകൻ തങ്ങളെ തുറിച്ചുനോക്കി കടന്നുപോകുന്നത് കസ്തൂരി ശ്രദ്ധിച്ചു. അവരെപ്പോലെ തന്നെ മകനും!

അറയിൽ ചെന്നപ്പോൾ കുമാരനെ കണ്ടില്ല. ഇവളെ ഇവിടെത്തന്നെ നിർത്താം. വഴിയിലിനിയും കുമുദിനിയെ കണ്ടാലോ? "ഇവിടെത്തന്നെ നിന്നോളൂ. ഞാൻ കുമാരനെ നോക്കിയിട്ടു വരാം. എങ്ങോട്ടും പോകരുത്."

അവസാന വാചകം ഇത്തിരി കടുപ്പിച്ചാണ് പറഞ്ഞത്. "കുമാരനെവിടെ" കാവല്ക്കാരൻ കൈ മലർത്തി. "അറിയില്ല. അങ്ങോട്ടു പോകുന്നതു മാത്രം കണ്ടു." അയാൾ പൂർത്തിയാക്കും മുമ്പേ ചൂണ്ടിയ വഴിയിലേക്ക് അവർ നടന്നു തുടങ്ങിയിരുന്നു. കസ്തൂരിയുടെ എതിർ ദിശയിലേക്കുള്ള ആ പോക്ക് അയാൾ നോക്കിനിന്നു. രണ്ടു നാൾ മുമ്പ് ഒരു കാരണവുമില്ലാതെ തന്നോട് തട്ടിക്കയറിയതാണ്. ദേഷ്യം വന്നാൽ അവൾ ആരോടും എന്തും പറയും. ദേഷ്യം വരാൻ പ്രത്യേകിച്ച് കാരണങ്ങളൊന്നും വേണ്ടതാനും. കുമാരന്റെ വളർത്തമ്മയായിട്ടല്ല, അമ്മയായിത്തന്നെയാണ് കസ്തൂരി വിലസുന്നത്. കൊട്ടാരത്തിലാർക്കും അവരെ ഇഷ്ടമല്ല.

ഇടനാഴിയിലെവിടെയോ ഒരു മണിനാദം. കുമാരൻ വരുന്നുണ്ട്. അയാൾ നന്നായൊന്നു നിവർന്നു. കസ്തൂരി കേൾക്കരുതേ എന്നു പ്രർത്ഥിച്ചതേയുള്ളൂ വലിയ ശബ്ദത്തോടൊരു ലോഹത്തളിക താഴെ വീണു. നാശം! കുമാരന്റെ വഴിയിൽ ആരാണിത്? ചെന്നു നോക്കിയപ്പോൾ കുമുദിനിയാണ്. പടികളിൽ തട്ടി വീണതാകും. പൂജാമുറിയിലേക്കുള്ള പോക്കായിരിക്കണം. വഴിയിലാകെ പൂക്കൾ ചിതറി കിടക്കുന്നു. അവരെ പിടിച്ചെഴുന്നേല്പിക്കാൻ അയാൾക്ക് ഒട്ടും മുഷിപ്പു തോന്നിയില്ല. അത്ര സൗമ്യയായ സ്ത്രീയാണ്. മുഖത്തൊരു പുഞ്ചിരിയില്ലാതെ സംസാരിക്കാറില്ല. പൂർണ്ണിമ റാണിയുടെ കൂടെ വന്ന കാലം മുതലേ കൊട്ടാരത്തിൽ അവൾക്ക് വല്യസ്ഥാനമാണ്. "നന്ദി." അവരുടെ ശ്വാസം വിറച്ചു. "പൂക്കളെല്ലാം താഴെപ്പോയി. പൂജയ്ക്കു വേറെ പറിക്കേണ്ടി വരും." അവർ തിരികെ നടന്നു. അയാൾ തന്റെ സ്ഥാനത്തു തിരിച്ചെത്തി. ഒട്ടും വൈകിയില്ല. കുമാരനും സൈന്യാധിപൻ ചിത്രനും കടന്നുവന്നു. "പൊയ്ക്കോളൂ. ഞങ്ങൾക്കു സംസാരിക്കണം." ഉത്തരവനുസരിക്കാൻ അയാൾ ഇടനാഴിയിലേക്കു നീങ്ങി.

"അകത്തേക്ക് കയറൂ. കൊട്ടാരച്ചുമരുകൾക്കും കാതുണ്ട്. വഴിയിൽ താനും കണ്ടതല്ലേ?" ചിത്രന്റെ തോളിൽ തട്ടി അനിരുദ്ധൻ പറഞ്ഞു. അകത്തേക്കു കയറവെ ചുവന്ന തിരശ്ശീല വലിച്ചിടാൻ കുമാരൻ ശ്രദ്ധിച്ചു. അപ്പോഴേക്കും ചിത്രൻ കുമാരനായി പീഠം നീക്കിയിട്ടിരുന്നു. "നിങ്ങളും ഇരിക്കൂ" അയാൾക്കായി മറ്റൊരെണ്ണം കുമാരൻ നീക്കിയിട്ടു. "അവർ പുറപ്പെട്ടുവോ?" സൈന്യാധിപൻ ഉവ്വെന്നു ശിരസ്സനക്കി.

"കൂടെയാരുണ്ട്?"

"വിശ്വസ്തരായ രണ്ടുപേരെ വിട്ടിട്ടുണ്ട്."

"അവർക്കറിയാമോ?"

"ഞാൻ പറഞ്ഞിട്ടില്ല."

"നന്നായി." കുമാരൻ നിശ്വസിച്ചു. എന്നിട്ട് പുറകോട്ടു ചാരിയിരുന്നു. "നല്ല തലവേദനയുണ്ട്. ഇന്നു രാത്രി കഠിനമാകുമെന്ന് തോന്നുന്നു."

"കുമുദിനിയെ വിളിക്കണോ?" സൈന്യാധിപൻ എഴുന്നേല്ക്കാനാഞ്ഞു.

“ഇരിക്കെടോ. ആവശ്യം വരുമ്പോൾ വിളിക്കാം. ഏതായാലും ആർക്കും സംശയമില്ലാതെ എല്ലാം തീർന്നല്ലോ. ആശ്വാസം.”

“ശരിയാണ്. പല തവണ ചോദ്യം ചെയ്ത മന്ത്രിമാർക്കു പോലും സംശയം തോന്നിയില്ല. എല്ലാം കുമാരന്റെ സാമർത്ഥ്യം.”

“മുഖസ്തുതി എനിക്കിഷ്ടമല്ല. തന്റെ വിശ്വസ്തർക്ക് ഇപ്പോൾ ത്തന്നെ സന്ദേശമയക്കണം. അവനിനി മടങ്ങി വന്നുകൂടാ. കോട്ടയ്ക്കു പുറത്ത് അവന്റെ യാത്ര അവസാനിപ്പിക്കണം.” ചിത്രൻ തെല്ലൊന്നന ങ്ങിയില്ല. അവിശ്വസനീയതയോടെ കുമാരൻ ഉറ്റുനോക്കി.

“അവൻ വധിക്കപ്പെടണം. ഇവനെയൊന്നും വിശ്വസിക്കാൻ വയ്യ. നാളെ മനസ്സുമാറി സത്യം വിളിച്ചു പറഞ്ഞാൽ! ഇപ്പോൾ സ്തുതി പാടുന്ന ജനം തന്നെ എന്നെ പഴിപറയും. ഒരുതവണ മോഷ്ടാവാക്കി നാടകം കളിച്ചതിന് അവരെന്നെ പരിത്യജിക്കും. പിന്നെ ഇക്കാലം കൊണ്ടു നേടിയ പ്രീതിയൊന്നും നിലനില്ക്കില്ല. ഒറ്റക്കല്ലിളകിയാൽ മതി ഏതു ഗോപുരത്തിനും ഇളക്കം തട്ടാൻ. മനസ്സിലാവുന്നുണ്ടോ?”

“ഉത്തരവ്.” മുഖത്ത് ഞെട്ടലിനു പകരം ബഹുമാനം വരുത്താൻ അയാളിത്തിരി സമയമെടുത്തു.

“സംശയം തോന്നാത്ത വിധം ദഹിപ്പിച്ചു കളയണം. മടങ്ങി വന്നയുടൻ എന്നെ വന്നുകാണാൻ പറയണം. അവർ വിശ്വസ്തരാണോ എന്നു താൻ തീരുമാനിക്കും, പിന്നീടെന്തു ചെയ്യണമെന്നും.” സൈന്യാ ധിപൻ തീർത്തും നിശ്ശബ്ദനായി. അയാളുടെ നെറ്റിയിൽ വിയർപ്പു ചാലിട്ടു. “വൈകിക്കണ്ട.” അയാൾ പതിയെ എഴുന്നേറ്റു. വാതില്ക്കൽ വരെ എത്തിയതാണ്. കാല്ക്കൽ എന്തോ കിടക്കുന്നത് കണ്ടു. കുനി ഞ്ഞെടുത്തപ്പോൾ ഒരു ഛായാചിത്രമാണ്. മടക്കിക്കൊടുക്കാനായി അയാൾ തിരിഞ്ഞു. കുമാരൻ നെറ്റിയിൽ കൈയമർത്തി കണ്ണടച്ചിരി ക്കുന്നു. അയാൾ കുനിഞ്ഞ്, ശബ്ദം താഴ്ത്തി വിളിച്ചു.

“കുമാരാ.”

അനിരുദ്ധൻ കണ്ണുതുറന്നു. ഇനിയെന്തെന്നു ചോദിക്കാൻ വന്നതാണ്. ചിത്രൻ നീട്ടിപ്പിടിച്ച ചുരുൾ അവന്റെ കണ്ണിൽപ്പെട്ടു. പീഠത്തിൽനിന്നും കുതറിപ്പോയി. “കൊണ്ടുപോകൂ. എന്നിട്ട് കത്തിച്ചു കളഞ്ഞേക്ക്. അതിന്റെ പുകപോലും പൊങ്ങരുത്.” അവൻ വിറയ്ക്കാൻ തുടങ്ങി. തല തെറിക്കുന്ന നീറ്റൽ. സർവ്വശക്തിയോടെ നെറ്റി അമർത്തിപ്പിടിച്ചു. കൈയെടുത്താലവിടം നൂറായി പിളരും. കണ്ണുകളിൽ ചായം കലങ്ങിയതുപോലെ. മഞ്ചത്തിലേക്കുള്ള വഴിതെറ്റി. മറിഞ്ഞു വീഴുംമുമ്പെ കൈകൾ പലയിടത്തും കൊണ്ടു തട്ടി. “പോകാൻ“ ആ ഗർജ്ജനത്തോടെ അവന്റെ ബോധം മറഞ്ഞു.

ചിത്രന്റെ പേശികൾ കല്ലായി. പിന്നിൽ തിരശ്ശീല വകഞ്ഞുമാറ്റി കസ്തൂരി വരുന്നത് അയാളറിഞ്ഞു. അവളയാളെ കണ്ടില്ല. അനിരുദ്ധന്റെ കിടപ്പു മാത്രമേ ആ കണ്ണുകൾ കണ്ടുള്ളൂ. “കുമാരാ....” ആർത്തനാദ ത്തോടെ അവളങ്ങോട്ടു പാഞ്ഞടുത്തു. അവന്റെ മരവിച്ചുപോയ

കൈകാലുകളിൽ തടവി ചൂടു പിടിപ്പിക്കുമ്പോഴും അവൾ നിറുത്താനാവാതെ കരഞ്ഞു. എവിടെ നിന്നെന്നറിയില്ല. കൂടുതലാളുകൾ അകത്തേക്കു വന്നുകൊണ്ടിരുന്നു. ആർക്കും എന്തു ചെയ്യണമെന്നറിയില്ല. “കൊട്ടാരം” വൈദ്യനെ വിളിക്കാം. ഒരാൾ പോകുകയായി. “നില്ക്കൂ.” കരച്ചിലും കിതപ്പും കസ്തൂരിയുടെ സ്വരത്തിൽ തിങ്ങി. കുമുദിനിയെ വിളിക്കണം. പെട്ടെന്ന് ആളുകൾ പല ദിശയിൽ പാഞ്ഞു. അവർക്കു പിന്നാലെ ചിത്രൻ അറവിട്ടിറങ്ങി. കൈയിൽ നിന്നെന്തോ ഊർന്നു വീണത് അയാളറിഞ്ഞില്ല. എന്തൊക്കെയോ ചെയ്തു തീർക്കാനുണ്ടെന്ന് മാത്രം അയാളോർത്തു.

അയാൾ നിലത്തിട്ടിട്ടു പോയ ചുരുൾ കൈയിലെടുത്ത് ആരാലും ശ്രദ്ധിക്കപ്പെടാതെ അവർ മുറി വിട്ടിറങ്ങി. ഇടനാഴിയിൽ ആളുകൾ വെപ്രാളത്തോടെ പരക്കം പാഞ്ഞു. ചിലരൊക്കെ കൂട്ടിമുട്ടിയിട്ടും വേഗത കുറച്ചില്ല. കുമുദിനിയെ താങ്ങിപ്പിടിച്ചുകൊണ്ടു വരാനായി രണ്ടുപേർ പുറപ്പെട്ടു. അപ്പോഴേക്കും കൊട്ടാരം വൈദ്യനെ വിളിച്ചുകൊണ്ടുവന്നു. അയാൾ പോയ വഴിനീളെ ഔഷധഗന്ധം. ആരുമവരെ തടഞ്ഞതുമില്ല ചോദ്യം ചെയ്തതുമില്ല. തങ്ങളെന്താണു ചെയ്യുന്നതെന്ന ബോധം മിക്കവർക്കുമില്ല. പല ഇടനാഴികകൾ താണ്ടി അവരൊരു ഇരുണ്ട വഴിയിൽ ചെന്നു കയറി. വഴിയിലെങ്ങും ഒരു മനുഷ്യനില്ല. വശങ്ങളിൽ ദീപങ്ങൾ ജ്വലിച്ചില്ല. ഉത്തരത്തിൽ ചിലന്തി തോരണം തൂക്കിയിട്ടു. പുതുവായു കയറാത്ത വിങ്ങൽ. വെറുതെ ചുറ്റിലും നോക്കി അവനൊരു വാതിൽ തുറന്നു. വേദനയുടെ ഏങ്ങലോടെ അകത്തെ ഇരുട്ട് വെളിവായി.

“വജ്രഭൂമിയുടെ രാജകുമാരിക്ക് സ്വാഗതം.”

*　　*　　*　　*　　*　　*

മൗനം ഒരു പരിഹാരമേ ആയിരുന്നില്ല. അവളുടെ മിടിപ്പുകൾ കൂടുതലായുയർന്നു. ഏറ്റവും ഭീകരം ചുറ്റിനിന്ന ഇരുട്ടായിരുന്നു. വെളിച്ചത്തിൽനിന്നു വന്നതുകൊണ്ടാകണം അവൾക്കൊന്നും കാണാനായില്ല മുന്നോട്ടു നടക്കാൻ ധൈര്യമില്ല. തനിക്കു പിന്നിലൊരു കഠാര നിവരുന്നതും കുത്താനായുന്നതും അവളുടെ ഉൾക്കണ്ണിൽ തെളിഞ്ഞു. “ഇരിക്കൂ.” ആജ്ഞയോ ഭീഷണിയോ? ഇരുട്ട് കണ്ണുകൾക്ക് മറയിട്ടതുകൊണ്ട് ഊഹിക്കാനായില്ല. പ്രകോപനം ഉണ്ടാക്കേണ്ടെന്നു കരുതി തപ്പിത്തടഞ്ഞൊരു പീഠം കണ്ടെത്തി അവൾ അതിലേക്കിരുന്നു. അവൾക്കല്പം സമയം വേണമായിരുന്നു. സ്വയം തന്ത്രം മെനയാനും അപരന്റെ തന്ത്രം തിരിച്ചറിയാനും. ഭയത്തെ തോല്പിക്കണമെങ്കിൽ ആദ്യം സ്വന്തം ശ്വാസത്തെ നിയന്ത്രിക്കണം. മുഷിഞ്ഞഗന്ധം ഗൗനിക്കാതെ അവൾ പറ്റാവുന്നിടത്തോളം വായു അകത്തേക്ക് വലിച്ചു കയറ്റി. വായു ഞരമ്പുകളിലേക്ക് ഇരച്ചു കയറി ഭയത്തെ പതിയെ നിർവ്വീര്യമാക്കാൻ തുടങ്ങി. ഇപ്പോൾ അവ്യക്തമായെങ്കിലും ചുറ്റും കാണാം. ചുമരിലെ ചിത്രങ്ങൾ തെളിഞ്ഞില്ലെങ്കിലും വലിപ്പം മനസ്സിലാവുന്നുണ്ട്.

തൂക്കുമഞ്ചവും വലിയ കൈപ്പിടിയുള്ള ഇരിപ്പിടങ്ങളും കാണുന്നു. ആരെങ്കിലും വന്നു നോക്കിയിട്ട് വർഷങ്ങളായിക്കാണണം. ഒട്ടും വൃത്തിയില്ലാത്ത സർവ്വത്ര പൊടി പിടിച്ചിരിക്കുന്നു. കാഴ്ചയ്ക്കൊപ്പം ധൈര്യവും തെളിയാൻ തുടങ്ങിയപ്പോൾ അവൾ ഓർമ്മയിലേക്കു ചികഞ്ഞിറങ്ങി.

ആരാണ് മുന്നിലിരിക്കുന്ന ഈ ചെറുപ്പക്കാരൻ? ഇവനെ മുമ്പെങ്ങോ കണ്ടിട്ടുള്ള പോലെ. എവിടുന്നായിരിക്കും? അവൻ തന്നെയെങ്ങനെ തിരിച്ചറിഞ്ഞു? തങ്ങളിവിടെയുണ്ടെന്ന് കൊട്ടാരത്തിലാർക്കുമറിയില്ല. എന്നിട്ടും കൃത്യസമയത്ത് ഇവിടെ സന്ദേശം വന്നുവെങ്കിൽ അതൊരു സൂചനയാണ്. പിന്നിലൊരു ചതി നടക്കുന്നുവെന്ന സൂചന. രാജസേനനും ഇതുതന്നെ പറയുന്നു. അവിടെ നിന്നുവന്ന സന്ദേശമറിയാതെ നേരെ മുഖം കാണിക്കാൻ വയ്യ. വേഷം മാറി വരണമെന്ന തന്ത്രം രാജസേനന്റേയാണ്. രാജകുമാരനെ വന്നു കാണുമെന്ന ആശയം തന്റേതായിരുന്നു. നീതിമാനും പരോപകാരിയുമാണെന്ന് തോന്നിപ്പോയി. എവിടെയാണ് പാളിപ്പോയതെന്ന് മനസ്സിലാവുന്നില്ല. ആരുടെയും ശ്രദ്ധയിൽ പെടാതെയാണ് കോട്ടയിലേക്ക് വന്നതും തിരിച്ചെത്തിയതും. ഒരു സംശയത്തിനുമിടകൊടുക്കാതെ തന്നെയാണ് സഞ്ചാരികൾക്കൊപ്പം രാത്രി കഴിച്ചത്. സൈനികരെയും ചാരന്മാരെയും ഭയന്ന് സംസാരിച്ചതുപോലും രഹസ്യമായാണ്. കൂട്ടമായി പോകുന്നത് സുരക്ഷിതമല്ലെന്നു പറഞ്ഞ് സമ്മതിപ്പിച്ച് താനൊറ്റയ്ക്കു വന്നു. വിശ്വാസ്യത തോന്നിക്കാൻ കൈയിലെടുത്ത നാഗൗഷധങ്ങൾ ഉപകരിച്ചു. ഭാഗ്യദേവത കസ്തൂരിയെ മുന്നിലെത്തിച്ചു തന്നു. അവർ തന്റെ അഭിനയം വിശ്വസിച്ചതാണ് മഹാത്ഭുതം. എന്തൊരുത്സാഹത്തിലാണ് അപരിചിതയായിട്ടും കുമാരന്റെ അറയിലേക്ക് കൊണ്ടുപോയത്! എല്ലാം വിചാരിച്ചപോലെ നടന്നു എന്നാശ്വസിച്ചപ്പോഴാണ് ആ മുടന്തി വഴിമുടക്കിയത്. അവരുടെ നോട്ടവും ചോദ്യവും. ഹൊ! എന്തായാലും കസ്തൂരി അവരുമായി അത്ര രസത്തിലല്ല. അതുകൊണ്ട് ആ കടമ്പയും കടന്നു. ആ ഭാഗ്യം നഷ്ടമായതും പെട്ടെന്നാണ്. മിന്നിൽ പോലെയാണ് ഇവൻ കടന്നു വന്നത്.

"ശബ്ദിക്കരുത്. എനിക്കറിയാം നിങ്ങളാരാണെന്ന്." കഠാരയുടെ മിനുസം നട്ടെല്ലറിഞ്ഞു. അവൾ ഒച്ചയുണ്ടാക്കാതെ തൂണിനടിയിൽ മറഞ്ഞുനിന്നു. അതുകൊണ്ട് ഒരു പ്രയോജനവുമുണ്ടായി. കാഴ്ചയും യാഥാർത്ഥ്യവുമായി വല്യ അന്തരമുണ്ടെന്ന് അനിരുദ്ധൻ പഠിപ്പിച്ചുതന്നു. സ്വന്തം പ്രജകൾക്കു മുന്നിൽ എന്തിനായിരിക്കും അഭിനയം? അവൾ സ്വയം ശാസിച്ചു. അതല്ലിപ്പോൾ പ്രധാനം. മറ്റുള്ളവർ കോട്ടയ്ക്കു പുറത്ത് പരിഭ്രമിക്കുകയാകും. എത്രയും വേഗം മടങ്ങണം. അവളവനെ പതുക്കെയൊന്നു നോക്കി. അവനും ഇങ്ങോട്ടു തന്നെയാണ് നോക്കുന്നത്.

"ചിന്തിച്ചു ബുദ്ധിമുട്ടണ്ട. എന്തറിയണമെങ്കിലും ചോദിക്കാം." അവനും ഇരുന്നു. കൈയിലെ കഠാര നടുവിലേക്കു വെച്ചു. വേണമെങ്കിൽ അവൾക്കതു കൈ നീട്ടിയെടുക്കാം. എന്താണിവൻ ഉദ്ദേശിക്കുന്നത്?

ഏതായാലും ഇനിയും മിണ്ടാതിരിക്കേണ്ട. ഭയമില്ലെന്നു കാണിക്കാൻ അവൾ ചെറുതായൊന്നു മുന്നോട്ടാഞ്ഞു.

"നിങ്ങളാരാണ്? എന്നെയെങ്ങനെ അറിയാം?" വേറെ പലതുംകൂടി ചോദിക്കാനുണ്ട്. ആദ്യം ഇതിനുത്തരം കിട്ടട്ടെ.

"ദേവദത്തൻ. നാം മുമ്പു കണ്ടിട്ടുണ്ട്. കുമാരിക്ക് എന്നെ ഓർമ്മവരാത്തതിൽ അത്ഭുതമില്ല. മുഖം നോക്കാതെയല്ലേ അന്നെന്നെ മടക്കിയയച്ചത്?" അവൻ ചെറുതായി ചിരിച്ചു. "അന്നു സഭയിൽ വെച്ച്." സഭ! അവൾക്കെല്ലാം ഓർമ്മ വന്നു. അതെ, മറുപടി കൊടുക്കാതെ അവൾ മടക്കിയയച്ച ദൂതൻ! ഇവൻ തന്നെയാണത്. വെറുതെയല്ല, മുമ്പു കണ്ടിട്ടുള്ളതായി തോന്നിയത്.

"കസ്തൂരിയുടെ കൂടെ കണ്ടപ്പോൾ ഞാനൊന്നു ഞെട്ടി. കുമാരന്റെ അറയിലേക്കാണെന്നു കേട്ടപ്പോൾ ശരിക്കും ഭയന്നു." ഒന്നു നിർത്തിയിട്ട് അവനെന്തൊക്കെയോ കണക്കുകൂട്ടി. എന്തു പറയണമെന്നായിരിക്കും. എന്നിട്ട് എന്തോ അവൾക്കു വെച്ചുനീട്ടി. കുറച്ചുമുമ്പ് ചിത്രന്റെ കൈയിൽ നിന്നു വീണ ചുരുൾ. "നിവർത്തിക്കോളൂ." ആ പ്രോത്സാഹനത്തിൽ അവളതു നിവർത്തി. വജ്രഭൂമിയിൽനിന്നു വന്ന സന്ദേശം ഇതാണെ ങ്കിലോ? നിവർത്തിയപ്പോൾ അതിൽ എഴുത്തേതുമില്ല. ജീവൻ തുടിക്കുന്ന ഒരു ചിത്രം– അവളുടെ ചിത്രം!

"ഇത്?"

"സംശയിക്കണ്ട. നിങ്ങൾ തന്നെ." അവൻ പുഞ്ചിരിക്കാൻ ശ്രമിച്ചു. പിന്നെ ഗൗരവം പൂണ്ടു. "കഴിഞ്ഞ ഐശ്വര്യോത്സവത്തിനുവന്ന ഒരു ചിത്രകാരൻ വരച്ചതാണ്. കൊട്ടാരത്തിലെല്ലാവർക്കും ഈ മുഖമറിയാം. ഭാഗ്യം കൊണ്ടാണ് കസ്തൂരിക്ക് ഓർമ്മ വരാതിരുന്നത്. ഇന്നലെ മഹാരാജാവിന് വജ്രഭൂമിയിൽനിന്നു സന്ദേശം വന്നിരുന്നു. നിങ്ങൾ അപകടകാരിയാണെന്ന്. ഭടന്മാർ കണ്ടിരുന്നുവെങ്കിൽ അപായപ്പെടു ത്തിയേനെ."

അവളുടെ തല കറങ്ങി. താൻ അപകടമാണെന്ന് വജ്രഭൂമിയിൽ നിന്നു സന്ദേശമോ? കൊട്ടാരത്തിൽ തനിക്കിത്രയും ശത്രുക്കളോ? എത്ര അപകടമാണു തന്റെ വഴിയെന്ന് അവൾക്കിപ്പോൾ പൂർണ്ണബോദ്ധ്യം വന്നു. ആരെയും വിശ്വസിക്കാൻ വയ്യ, ആരെയും. കണ്ണും കാതും തുറന്നിരിക്കണം. മനസ്സല്ല, മസ്തിഷ്കമാണ് മുഖ്യം. അതുവരെ ഇല്ലാതിരുന്ന പുതിയ ഭയം അവളെ പിടിച്ചുലച്ചു. തന്നെ നേരിട്ട് കൈ മാറുകയാണോ ഇവന്റെ ലക്ഷ്യം? അതിനാകുമോ ഇങ്ങോട്ടു കൊണ്ടു വന്നത്?

"നിങ്ങൾക്കു പിന്നിൽ ശത്രുക്കളുണ്ട്. സ്യമന്തകമില്ലാതെ മടങ്ങാമെന്നു കരുതണ്ട." അവനു തന്റെ ലക്ഷ്യവുമറിയാം. കൈ നീട്ടിയാൽ അവൾക്കാകഠാരയെടുക്കാം. പാകപ്പെട്ടാൽ മതി. കൈ വിറച്ചാൽ എല്ലാം പാളിപ്പോകും. "ഇവിടെ നിങ്ങൾ സുരക്ഷിതയാണ്. ഭടന്മാരിങ്ങോട്ടു വരാറില്ല." തന്റെ കൈതുടിച്ചത് അവൻ കണ്ടു

കാണണം. അവൻ കൂട്ടിച്ചേർത്തു. "ഞാൻ ശത്രുവല്ല. നിങ്ങളെ രക്ഷിക്കണമെന്നേ എനിക്കുള്ളൂ. ഏതായാലും കുമാരന്റെ മുന്നിൽ പെടരുത്." അതിനൊരു അപേക്ഷാസ്വരം വന്നതെന്തിന്? അവൾക്കിപ്പോഴാണ് ചിത്രം പൂർണ്ണമായത്. തന്റെ മുഖം കണ്ടിട്ടാണ് കുമാരൻ ദുഷ്ടനായത്! തന്നെയാണു കത്തിച്ചു കളയാൻ പറഞ്ഞതും! രൂപൽ നഗറിന്റെ രാജകുമാരനെ അവൾക്കു മനസ്സിലായില്ല. ഒരിക്കൽപ്പോലും കണ്ടിട്ടില്ലാത്ത തന്നോട് വെറുപ്പ്, സ്വന്തം പ്രജകളോട് വിശ്വാസ വഞ്ചന.... അനിരുദ്ധൻ ഉത്തരമില്ലാത്ത കടങ്കഥയാണ്.

"എന്താണ് ചിന്തിക്കുന്നതെന്ന് എനിക്ക് ഊഹിക്കാം. അനിരുദ്ധനെപ്പറ്റിയല്ലേ?"

വെറുമൊരു ദൂതൻ രാജകുമാരനെ പേരെടുത്തു പറയുന്നു. അതെന്തായാലും തന്നെ ബാധിക്കുന്ന വിഷയമല്ല. "അതെ.."

"അനിരുദ്ധൻ പ്രത്യേക സ്വഭാവക്കാരനാണ്. എനിക്കു കുട്ടിക്കാലം മുതല്ക്കേ അറിയാം. എന്നിട്ടും ചിലപ്പോഴൊക്കെ ഞാനും ഞെട്ടിപ്പോകാറുണ്ട്. ആറാം വയസ്സിലാണ് അവന് ആദ്യമായി അസുഖം വരുന്നത്. അപ്പോൾ ഞങ്ങൾ ഒരുമിച്ചായിരുന്നു. കൈകാലുകൾ വിറങ്ങലിച്ച്, കൺമിഴികൾ മുകളിലോട്ടായി അവൻ മുഖമടിച്ചു വീഴുന്നത് ഞാൻ കണ്ടതാണ്. ആ രാത്രി കൊട്ടാരം ഉറങ്ങിയില്ല. അടുത്ത ഒരാഴ്ചകൂടി അവൻ എഴുന്നേറ്റതേയില്ല. എവിടെ നിന്നൊക്കെയോ വൈദ്യന്മാർ വന്നു. ഇപ്പോഴും വന്നുകൊണ്ടിരിക്കുന്നു. ഒരു മാറ്റവുമില്ല. ചെറിയ കാര്യങ്ങൾ മതി അവനു വയ്യാതാവാൻ. പിടിവാശിയും മുൻകോപവും ആവശ്യത്തിലധികമാണ്. അവനെ അസ്വസ്ഥനാക്കുന്നതൊന്നും കൊട്ടാരത്തിൽ നടക്കില്ല. നിങ്ങളുടെ മറുപടിയുമായി ഞാനെത്തിയ രാത്രി. അന്നാണ് ഏറ്റവും കലശലായി രോഗം കടന്നാക്രമിച്ചത്. തിരസ്കാരം അവനു ശീലമില്ലാത്തതാണല്ലോ. അന്നും ഞാൻ ദൃക്സാക്ഷിയായി മുന്നിൽ നില്പുണ്ടായിരുന്നു. ഒരു വേള അവന്റെ മിടിപ്പുകൾ നിലച്ചു. പ്രതീക്ഷയില്ലെന്ന് കൊട്ടാരം വൈദ്യർ ഉറപ്പിച്ചതാണ്. പക്ഷേ, പ്രാർത്ഥനയുടെ വെളിച്ചവുമായി അവൻ തിരിച്ചുവന്നു.

ഇന്നത്തെ കാഴ്ചകൾ മനസ്സിൽ വെച്ച് അവനെ വിലയിരുത്തരുത്. മരണത്തെ മുഖാമുഖം കണ്ട ആ രാത്രിയിലെ ഭയമാണ് വെറുപ്പായി പുറത്തുവരുന്നത്. പരുക്കൻ മുഖംമൂടിക്കിപ്പുറം അവൻ വെറും പാവമാണ്. ഏതു നിമിഷവും മരിക്കുമെന്ന ഭയവും പേറി വർഷങ്ങളായി ജീവിക്കുന്നു. അതിനുമുമ്പ് ഒരു നിമിഷമെങ്കിലും അവന് കിരീടമണിയണം. പക്ഷേ, അവിവാഹിതരെ രൂപൽ നഗറിന്റെ രാജാവാക്കില്ല. രാജകുമാരിമാരെ മാത്രമേ വിവാഹം കഴിക്കാനും അനുവാദമുള്ളൂ. കേൾക്കുമ്പോൾ വിചിത്രമായി തോന്നാം. ഞങ്ങളുടെ പല നിയമങ്ങളും ഇതുപോലെയാണ്. എന്നാലും അവയെ മാറ്റാനാകില്ല. രോഗിയെന്ന കാരണത്താൽ അവന്റെ വിവാഹാഭ്യർത്ഥന എല്ലാവരും നിരസിച്ചു. ഇപ്പോൾ സാമർത്ഥ്യംകൊണ്ട് നിയമാവലി തിരുത്താൻ ശ്രമിക്കുകയാണ്.

അതിനാണീ കുതന്ത്രങ്ങൾ. കൂട്ടുകെട്ടുകളാണ് ഇതെല്ലാം ചെയ്യിക്കുന്നത്. കസ്തൂരിയെ കണ്ടതല്ലേ? ഒന്നുകൂടെ അടുത്തു പരിചയപ്പെട്ടിരുന്നെങ്കിൽ എല്ലാം വ്യക്തമായേനെ."

പുതിയ അറിവുകൾക്ക് അല്പം സമയം കൊടുത്തേക്കാം. അവ മനസ്സിലൊന്നു പതിയട്ടെ. തെളിവില്ലാതെ, തീരുമാനമെടുക്കരുത്. ദത്തന്റെ സ്വരത്തിൽ വാത്സല്യം. അവൾക്കതു മനസ്സിലാകും. താനെന്തു തെറ്റു ചെയ്താലും അളക പൊതിഞ്ഞുപിടിക്കുന്ന പോലെ. അവനോട് തോന്നിക്കുന്ന അപരിചിതത്വം ഒറ്റയടിക്കു മറയുകയാണ്. കഠാര മുന്നോട്ടു നീക്കിവെച്ചു. "നന്ദി." കൂടുതലൊന്നും പറയാനില്ല. അവൻ കഠാര കൈയിലെടുക്കാതെ അവളെ വിസ്മയത്തോടെ നോക്കി. "നന്ദി." അവൻ ആവർത്തിച്ചു. "എന്നെ വിശ്വസിച്ചതിന്."

"ദത്താ."

നേരത്തെ കണ്ട മുടന്തി! അവൾ കാര്യമറിയാതെ നോക്കവെ അവൻ പൊടുന്നനെയെഴുന്നേറ്റ് വാതില്ക്കലേക്കു ചെന്നു. പടിയിറങ്ങാൻ അവർക്കു സഹായം വേണം. അവരുടെ കൈ പിടിച്ചിറക്കവെ അവൻ ചോദിക്കുന്നത് കേട്ടു.

"നടക്കാൻ ബുദ്ധിമുട്ടുണ്ടോ?"

"ചെറിയൊരു വേദന. വീണപ്പോൾ ഇത്രയ്ക്കങ്ങോട്ട് ഇടിക്കുമെന്ന് വിചാരിച്ചില്ല. സാരമില്ല. ശരിയായിക്കൊള്ളും."

"അവൻ?"

"ഉറക്കം. വേദനസംഹാരി കഴിപ്പിച്ചു. രാത്രി വീണ്ടും വന്നാലോ എന്നു ഭയമുണ്ട്. നിരീക്ഷണത്തിലാണ്. വൈദ്യൻ അറയിൽ തന്നെയുണ്ട്. എനിക്കും പെട്ടെന്നു മടങ്ങണം."

തന്റെ കാര്യം അവർ മറന്നുപോയോ? അവൾ സ്വയം പരിചയപ്പെടുത്താൻ തുടങ്ങി. "ഞാൻ...."

"അറിയാം." അവർ ദത്തനു നേരെ മുഖം ചെരിച്ചു. "പുറത്തെ സ്ഥിതിഗതികൾ നോക്കിവരൂ. കസ്തൂരി ഇവൾക്കായി തിരച്ചിൽ നടത്തുകയാണ്." ദത്തൻ അവരുടെ മുഖത്തേക്ക് തറപ്പിച്ചു നോക്കിയതല്ലാതെ അനങ്ങിയില്ല. അവിടെനിന്നും പോകാനിഷ്ടമില്ല എന്ന ഭാവത്തിൽ. "സ്ത്രീകളെ തനിച്ചു വിട്ടുകൂടെ?" നീണ്ട ആലോചനയ്ക്കൊടുവിൽ അയാൾ തല കുലുക്കി. "പോയിവരാം." ഒരു ചിരി അവൾക്കു കൊടുത്തു. "എന്റെ കൈയിൽ വെളിച്ചമുണ്ടല്ലോ. വാതിലടച്ചു കൊള്ളൂ." അവൻ വാതിൽ പിന്നിലടച്ചു കടന്നുപോയി.

"പാവം!" അവരൊരു ദീർഘനിശ്വാസം വിട്ടു. ഇരിക്കാൻ സഹായിക്കണമോയെന്ന് അവൾ ശങ്കിച്ചു. വേണ്ടിവന്നില്ല. സമയമെടുത്തെങ്കിലും അവർ അവർക്കു മുന്നിലായി അവൾ ഒഴിച്ചിട്ട പീഠത്തിലേക്കിരുന്നു. അവർ സംസാരിച്ചു തുടങ്ങട്ടെ. അവരും അതു തന്നെയാണ് ആഗ്രഹിക്കുന്നതെന്ന് തോന്നി. അതുകൊണ്ടാവണം മുഖവുരയില്ലാതെ കാര്യത്തിലേക്ക് കടന്നത്.

"എന്റെ പേര് കുമുദിനി. മുൻമഹാറാണിയുടെ മുഖ്യദാസിയായിരുന്നു. വെറുതെയല്ല, കസ്തൂരിക്ക് ഇവരോടിത്ര വിരോധം. കസ്തൂരിയെ

കൊട്ടാരത്തിൽ ആർക്കും താല്പര്യമില്ലെന്ന് നിമിഷങ്ങൾക്കകം മനസ്സിലാകും. അവൾക്ക് ഈ സ്ത്രീയോട് അപ്രീതി ഉണ്ടെങ്കിൽ ഇവർ തീർച്ചയായും നല്ല സ്ത്രീ ആയിരിക്കണം. അതാണല്ലോ മനുഷ്യ പ്രകൃതം. "കുമാരിയുടെ യാത്രാലക്ഷ്യവും എനിക്കറിയാം. വജ്രഭൂമിയിൽ നിന്നുവന്ന സന്ദേശം ഞാനും കണ്ടതാണ്. സൂക്ഷിക്കണം. ഈ പ്രായ ത്തിൽ സങ്കല്പിക്കാവുന്നതിലും ഇരുട്ടാണ് കൊട്ടാരച്ചുമരുകൾക്ക്. അതെനിക്ക് നന്നായി അനുഭവമുള്ളതാണ്." ഒരുനിമിഷം അവർ ഓർമ്മ യിലേക്കു നടന്നു. "ദത്തൻ വന്നു നിങ്ങളെ രക്ഷിക്കണമെന്നു പറഞ്ഞ പ്പോൾ അങ്ങനെയാവട്ടെ എന്നേ ഞാൻ കരുതിയുള്ളൂ. എന്നാലിപ്പോൾ എനിക്കും പല ചിന്തകളുണ്ട്. ഞാൻ കാര്യങ്ങൾ തുറന്നു പറയുന്ന കൂട്ട ത്തിലാണ്. പലതും കേൾക്കാൻ അവനു താല്പര്യമുണ്ടാകില്ല. അതാണു പറഞ്ഞയച്ചത്." അവർ വാക്കുകൾ കിട്ടാതെ ഉഴറി. ഇടയ്ക്കിടെ വാതില്ക്ക ലേക്കു പാളി നോക്കി അവൻ മടങ്ങിയില്ലെന്ന് ഉറപ്പു വരുത്തി.

സമയം വൈകുന്നു. അക്ഷമ പുറത്തു വരാത്തത്ര മര്യാദയിൽ ചിത്ര ശബ്ദം താഴ്ത്തി ചോദിച്ചു. "എന്താണെങ്കിലും പറഞ്ഞുകൊള്ളൂ. ഭടന്മാരിൽനിന്നും നിങ്ങളെന്നെ രക്ഷിച്ചു. എന്തു വേണമെങ്കിലും സംസാരിക്കാം. എനിക്കും നേരിട്ടു പറയുന്നതാണിഷ്ടം.."

ആ പ്രോത്സാഹനം ഫലിച്ചു. "സ്യമന്തകം ഈ കൊട്ടാരത്തിൽ വന്നിട്ടില്ല എന്നു ഞാൻ ഉറപ്പുതരുന്നു. പക്ഷേ, അതെവിടെയാണെന്ന രഹസ്യം ഈ കോട്ടയ്ക്കകത്തുണ്ട്." പറയുന്നതിൽ പാതിയും ചിത്ര കേട്ടില്ല. സ്യമന്തകമെന്ന ഒറ്റവാക്ക് അവരുടെ ഹൃദയ താളത്തെ ഉച്ചസ്ഥായിയിലാക്കിയിരുന്നു. യാത്ര സാഫല്യത്തിലേക്ക് അടുക്കുന്നുവെ ന്നൊരു മഞ്ഞ് മൂടിത്തുടങ്ങി.

"പക്ഷേ"

എല്ലാം സ്തംഭിച്ചു. ലോകവും ചിന്തകളും. എല്ലാം. കുമുദിനി അടുത്ത ശ്വാസമെടുക്കുന്നതിനായി അവൾ കാത്തു. "അതിനുമുമ്പ് നിങ്ങൾ ചിലതെല്ലാം അറിയാനുണ്ട്." തന്റെ ക്ഷമ പരീക്ഷിക്കുകയാണ്. മറ്റു വഴികളില്ല. അവൾ ശാന്തത വരുത്തി എല്ലാം കേട്ടിരുന്നു.

നീണ്ട സംഭാഷണം അവസാനിപ്പിച്ചപ്പോഴേക്കും കുമുദിനിയുടെ വിളക്കിലെ എണ്ണ തീരാറായിരുന്നു. പക്ഷേ, അന്തരീക്ഷത്തിൽ ഇരുട്ടുള്ളതായി രണ്ടുപേർക്കും തോന്നിയില്ല. ഇരുവരും ചേർന്ന് ഒരു തീരുമാനത്തിലെത്തിയിരുന്നു. കുമുദിനി സ്യമന്തത്തിലേക്കുള്ള വഴി കാട്ടും. തിരിച്ച്, അവൾ അവരുടെ സ്വപ്നം സത്യമാക്കും.

"പക്ഷേ, ഞാനെന്താണ് ചെയ്യേണ്ടത്?"

"ആദ്യം നിങ്ങളെ ഇവിടെനിന്നു സുരക്ഷിതമായി പുറത്തിറക്കണം. അതെന്റെ ഉത്തരവാദിത്വമാണ്. തയ്യാറാകുക. നാളെ നിങ്ങൾക്കൊരാളെ കാണാനുണ്ട്. സ്യമന്തകത്തെക്കുറിച്ച് നിങ്ങൾക്കു പറഞ്ഞുതരാൻ കഴിവുള്ള ഒരാൾ. പിന്നെയെല്ലാം ആലോചിച്ചു ചെയ്യാം."

പറഞ്ഞു തീർന്നില്ല. വാതിൽ തുറന്നു ദത്തൻ കയറിവന്നു. "വഴി സുരക്ഷിതമാണ് വല്ല്യമ്മേ. ഇനിയിവരെ പുറത്തിറക്കാം." കുമുദിനിക്കിനി യൊന്നും പറയാനുണ്ടാകില്ല. അവളെഴുന്നേറ്റു. എത്രയും വേഗം പുറത്തെ

ത്തണം. പോകുന്നതിനുമുമ്പ് ഒരു കാര്യം ചെയ്തുതീർക്കാനുണ്ട്.

"ഇത് നാഗന്മാരുടെ ഒറ്റമൂലിയാണ്. മരണത്തിനു തൊട്ടുമുമ്പിൽ വരെ ഇതിനു ചെന്നെത്താം. അനിരുദ്ധന് കൊടുത്തേക്കൂ."

കുമുദിനി കൈ നീട്ടിയില്ല. അവരുടെ സൗമ്യമായ മുഖം ദത്തന്റെ നിഴലിൽ മറഞ്ഞു. കണ്ണുകൾ ഇരുട്ടിൽ തിളങ്ങി.

"വെച്ചോളൂ. അങ്ങനെയൊരു തിരിച്ചു വരവിന് അവന് അർഹതയില്ല ഞാനത് ആഗ്രഹിക്കുന്നുമില്ല."

* * * * * *

ഇതിനേക്കാൾ വിശാലമാണ് വജ്രഭൂമിയുടെ ഇടനാഴികൾ. പക്ഷേ, കൊത്തുപണികൾ കേമം ഇവിടേത്തെതു തന്നെ. ഉള്ളിൽ ആധി തിളയ്ക്കുമ്പോഴും അവയുടെ ഭംഗി ആസ്വദിക്കാതിരിക്കാൻ ആവുന്നില്ല. ദത്തൻ കുറച്ചു മുമ്പിലായാണ് നടക്കുന്നത്. ചുറ്റിലും ആരുമില്ലെന്നുറപ്പു വരുത്താൻ. പിന്നെ തനിക്കു വഴിയറിയില്ലല്ലോ. കാവല്ക്കാരുടെ വഴി ഒഴിവാക്കി അധികം വെളിച്ചമില്ലാത്ത വഴിയാണ് ദത്തൻ തെരഞ്ഞെടുത്തത്. ഇരുട്ട് പരക്കുന്നതിനുമുമ്പ് വിളക്കുകളിൽ എണ്ണയൊഴിക്കാൻ ചില ദാസികൾ ഉഴറിയോടുന്നതു കണ്ടു. അവരുടെ എണ്ണപ്പാത്രങ്ങൾ തുളുമ്പുന്നുണ്ടായിരുന്നു. എന്തൊരപകടമാണിത്! ബലൻ വല്യച്ഛൻ കൂടെയില്ലാത്തത് നന്നായി.

"വല്ല്യമ്മ എന്തൊക്കെയാണ് പറഞ്ഞത്!" നിഷ്കളങ്കമായ ചോദ്യം. എന്തൊക്കെ പറയണ്ട എന്നവൾക്കിപ്പോൾ വ്യക്തതയുണ്ട്. "സ്യമന്തകത്തെപ്പറ്റി അവർക്കറിയാവുന്ന ചിലത്." മറുപടി ചുരുക്കി.

"അത്രയേയുള്ളൂ?"

"അതെ."

ഇപ്പോൾ എത്രാമത്തെ ഇടനാഴിയിലാണെന്ന് അവൾക്കെണ്ണം തെറ്റി. കൊട്ടാരം ഒരു ബഹുദൂരം തുരങ്കം പോലെയുണ്ട്. വഴിയറിയാത്തവർ പെട്ടുപോകും. അവളിപ്പോൾ ചെറുതായി കിതയ്ക്കാൻ തുടങ്ങിയിരുന്നു.

"എവിടെയാണു താമസം?"

"പുറത്ത് സഞ്ചാരികൾക്കൊപ്പം."

"കിഴക്കോ, വടക്കോ?"

"വടക്ക്."

അവർ ഒരു വളവുകൂടെ തിരിഞ്ഞു. ഇതിനൊരു അവസാനമില്ലേയെന്നു ചോദിക്കാൻ തോന്നി. ഇനിയുമെത്ര നടന്നാലാണു പുറത്തെത്തുക? പെട്ടെന്നാണ് ദത്തൻ നടത്തം നിർത്തിയത്. അവളോടും നിറുത്താൻ ആംഗ്യം കാട്ടി. പരിചയമുള്ള ശബ്ദമാണല്ലോ കേൾക്കുന്നത്?

"അവിടെയെല്ലാം നോക്കിയോ?" കസ്തൂരി! ഇപ്പോഴും തന്നെ തിരയുകയാണ്. പരിചയമില്ലാത്തവർക്ക് വേഗം രക്ഷപ്പെടാനാകില്ലെന്ന് അവർക്കറിയാം. ദത്തൻ മറ്റൊരു വഴിയിലേക്ക് കയറി. നീണ്ട നടപ്പിനൊടുവിൽ അവൾ അസ്തമയസൂര്യനെ കണ്ടു. കുറച്ചു കൂടെ അടുത്തു

ചെന്നപ്പോൾ കോട്ടവാതിൽ കാണാനായി.

"കോട്ടയ്ക്കു പുറത്ത് തെക്കു കിഴക്കായി നിർമ്മലാ ദേവിയുടെ ശില്പമുണ്ട്. പ്രഭാതപൂജയ്ക്കുശേഷം ഒരു നാഴിക പിന്നിട്ടാൽ അവിടെ ദീപം തെളിയിക്കും. അന്നേരം ഞാനവിടെയെത്താം. വല്ല്യമ്മ പറഞ്ഞ സ്ത്രീയെ ഒട്ടും വൈകാതെ ചെന്നു കാണാം."

"ശരി" അവൾ തിരിഞ്ഞു നടക്കാൻ തുടങ്ങി. "നന്ദി."

"ഒരുനിമിഷം." അവനെന്തോ പറയാനുണ്ട്. അവൾ നിന്നു. "അനിരുദ്ധനോട് വിരോധമാണെന്നറിയാം. നിങ്ങൾ കണ്ടതും കേട്ടതുമൊക്കെ വെച്ചു നോക്കുമ്പോൾ അങ്ങനേവരൂ താനും" ദത്തൻ വിക്കി. "ശരിക്കും വൈദ്യമറിയാമെങ്കിൽ ഒന്നു ശ്രമിച്ചു നോക്കിക്കൂടെ? ആരുമറിയാതെ ഞാനവിടെ എത്തിക്കാം. ഒരു പ്രശ്നമുണ്ടാകില്ല." മറുപടിക്കായി അവന്റെ കണ്ണുകൾ യാചിച്ചു. തുടർന്നു സംസാരിക്കവെ ദത്തന്റെ തൊണ്ടയിടറി. "അവനെന്റെ അനുജനാണ്."

തന്റെ മറുപടി ആ കണ്ണുകളെ വാട്ടിയതും അവയിലെ വെട്ടമണച്ചതും അവൾ കുറ്റബോധത്തോടെ കണ്ടുനിന്നു.

* * * * * *

"ഇത് കുമുദിനിയുടെ എഴുത്തുതന്നെ." വൃദ്ധ നൂറാം തവണയും ഉറപ്പിച്ചു പറഞ്ഞു. ക്ഷമ കെട്ടുപൊട്ടിക്കുകയാണ്. അസ്വസ്ഥത മറയ്ക്കാൻ അവൾ പുറത്തേക്കു നോക്കി. ദത്തൻ അവിടെ എവിടെയെങ്കിലും കാണും. അകത്തേക്കു വരാൻ പലതവണ വിളിച്ചതാണ്. വന്നില്ല. മുഖം കാണിക്കാൻ താല്പര്യമില്ലാത്തപോലെ അവിടെത്തന്നെ നിന്നു. ചാരന്മാർ വരുന്നുണ്ടോ എന്നു നോക്കിക്കൊള്ളാമെന്ന്. ഏറെ പ്രതീക്ഷകളുമായാണ് പ്രതാപചന്ദ്രന്റെ സഹോദരിയെ കാണാൻ വന്നത്. "മോഹം ഏറുന്തോറും നിരാശയിലേക്ക് എറിയപ്പെടും." അച്ഛൻ എപ്പോഴും പറയുമായിരുന്നു.

"അമ്മയ്ക്ക് ഓർമ്മക്കുറവുണ്ട്." മകൾ ആവർത്തിച്ചു. "ചിലപ്പോൾ ബോധത്തോടെ ഒരു കുഴപ്പവുമില്ലാതെ സംസാരിക്കും. തൊട്ടടുത്ത നിമിഷം മറവി വരും. വീണ്ടും പഴയപോലെയാകും. പിന്നെ ആരെയും തിരിച്ചറിയില്ല."

"കുമുദിനിയുടേതുതന്നെ, അല്ലേ?" വൃദ്ധ എഴുത്ത് നീട്ടിപ്പിടിച്ചു. "അതെ." അളക മുഷിഞ്ഞു. "ഞാൻ പറഞ്ഞില്ലേ?" അവർ മോണകാട്ടി കുഞ്ഞുങ്ങളെപ്പോലെ ചിരിച്ചു. അവർക്ക് അളകയെ ഇഷ്ടമായെന്നു തോന്നുന്നു. അവളോടാണ് ചിരിയും വർത്തമാനവും. "സ്യമന്തകം എന്നു കേട്ടിട്ടുണ്ടോ?" അളകയ്ക്കിനിയും ചോദിക്കാൻ വയ്യ.

"ഉവ്വ്. ജ്യേഷ്ഠൻ പറയുമായിരുന്നു." എല്ലാവരും ഞെട്ടി. കഴിഞ്ഞ ഒരു നാഴികയായി ഇപ്പോഴാണ് അവർ ബോധത്തോടെ സംസാരിക്കുന്നത്. മകൾ പറഞ്ഞതുപോലെ ഓർമ്മ വന്നതാകണം. അടുത്ത നിമിഷം മറവി വരുംമുമ്പെ എല്ലാം ചോദിച്ചറിയണം.

"ജ്യേഷ്ഠൻ എന്തു പറഞ്ഞു?" രാജസേനൻ തുടക്കമിട്ടു.

"അത് സൂര്യദേവന്റേതാണ്. അദ്ദേഹം വാസുദേവൻ എന്നൊരു രാജാവിനു കൊടുത്തെന്നോ.... അല്ല, അങ്ങനെയല്ല. മറ്റാരോ അത് വാസുദേവനു കൊടുത്തു. ആ രാജാവ് അതൊരു ബ്രാഹ്മണനു കൊടുത്തു, ആ ബ്രാഹ്മണൻ ആ രത്നം ഭാനുമതിക്കു നല്കി." പഴങ്കഥയാണ്. പുതുതായി എന്തെങ്കിലും പറഞ്ഞിരുന്നെങ്കിൽ. "ജ്യേഷ്ഠൻ അതു കുറെ അന്വേഷിച്ചു നടന്നു."

"എന്നിട്ടു കിട്ടിയോ?" അളകയ്ക്കു പിടിച്ചു നില്ക്കാനായില്ല.

"കുറെ ശ്രമിച്ചു. എന്നിട്ടും കണ്ടെത്താനായില്ല. ഒരുപാടു നാളത്തെ അലച്ചിലിനൊടുവിൽ കണ്ടെത്തി."

"എവിടെയാണത്?" എല്ലാ ശബ്ദവും ഒരുമിച്ചു. വൃദ്ധയുടെ കണ്ണുകൾ ചുറ്റിലും പാഞ്ഞു. തനിക്കു ചുറ്റിലും ഇത്രയധികം പേർ നില്ക്കുന്നത് അവരപ്പോഴാണ് ശ്രദ്ധിക്കുന്നത്.

"ഞാൻ പലതവണ ചോദിച്ചിട്ടും പറഞ്ഞില്ല."

"നന്നായൊന്ന് ഓർത്തു നോക്കിക്കേ." അളക പ്രതീക്ഷ നല്കി. വൃദ്ധ തലയാട്ടി. "ഇല്ല. ചിലപ്പോൾ മയൂരിയോട് പറഞ്ഞിട്ടുണ്ടാകണം."

"മയൂരി?"

വൃദ്ധ കണ്ണുകൾ വിടർത്തി . "മയൂരിയെ അറിയില്ലേ?" അറിയുമെന്ന് ആരും പറയാത്തതിനാലാകണം അവർ ചുണ്ടു പിളർത്തി. "അറിയില്ലെന്നു കളവു പറയുകയാണ്. അവരെ എല്ലാവർക്കുമറിയാം ഞാൻ പോണു." എന്തെങ്കിലും പറയുംമുമ്പെ അവർ പരിഭവിച്ചു തിരിഞ്ഞു കിടന്നു. കണ്ണുകളടച്ചു കളഞ്ഞു.

"ക്ഷമിക്കണം. അമ്മയിപ്പോൾ കുട്ടികളെപ്പോലെയാണ്. ഉണർത്തിയാലും ഇനി ഓർമ്മ വരണമെന്നില്ല. കുമുദിനി ഞങ്ങളെ ഒരുപാടു സഹിച്ചിട്ടുണ്ട്. അമ്മാവന്റെ മരണശേഷം അച്ഛനാണ് വ്യാപാരം നോക്കി നടത്തിയത്. എല്ലാം നശിച്ചു. അപ്പോഴൊക്കെ അവരാണ് താങ്ങി നിർത്തിയത്. എന്നിട്ടിപ്പോൾ അവർക്കൊരു സഹായം ചെയ്യാനായില്ലല്ലോ." മകളുടെ സങ്കടം ചാലിട്ടൊഴുകി. "അമ്മ പറയുന്നത് പഴയ നർത്തകിയെപ്പറ്റിയാണെന്നു തോന്നുന്നു. കുമുദിനിക്കൊക്കെ അറിയാമായിരിക്കും. അവരെ കണ്ടാൽ മതിയാകും."

ആ നല്ല സ്ത്രീക്കു നന്ദി പറഞ്ഞ് അവർ പുറത്തിറങ്ങി. ദത്തൻ കാത്തു നില്പുണ്ടായിരുന്നു. അവരെ കണ്ടപ്പോൾ അവൻ ഉത്സാഹപൂർവ്വം ചോദിച്ചു. "എന്തായി?" മറ്റാരും മിണ്ടുന്നില്ല. "അവർക്കു മറവിയാണ്. പുതുതായി ഒന്നും അറിയാനായില്ല." അവൾ നിരാശ മറച്ചു വെച്ചില്ല. "പറയുന്നതൊന്നും വ്യക്തമല്ല. ഏതോ ഒരു മയൂരിയെപ്പറ്റി പറഞ്ഞു. അവരെ ചെന്നു കാണാൻ പറ്റുമോ?"

ദത്തന്റെ മുഖം മുറുകി. "തീർച്ചയായും. പക്ഷേ, അതിന് മയൂർഘട്ടുവരെ പോകേണ്ടിവരുമെന്നു മാത്രം."

നാല്

മയൂരിയുടെ ആതിഥ്യമര്യാദ അവരെ വീർപ്പുമുട്ടിച്ചു. കുമുദിനിയുടെ എഴുത്തു കിട്ടിയപ്പോൾ മുതൽ ഞങ്ങളെ പ്രതീക്ഷിക്കുകയാണത്രെ! മറ്റുള്ളവരെ പുറത്തുനിർത്തി രണ്ടു പേരായി വന്നതിൽ അവർ പരാതി പറഞ്ഞു. ഒരു രാജ്ഞിയുടെ മോടിയിലാണ് അവരുടെ താമസം. അന്ത:പുരത്തിന്റെ ഒരു ഭാഗം അവർക്കു നല്കിയിരിക്കുകയാണ്. അങ്ങേയറ്റം പ്രൗഢിയും സമൃദ്ധിയും. പക്ഷേ, ഹൃദയം കണ്ടത് അവരുടെ ചിരിയാണ്. നൃത്ത വേഷത്തിൽ അവർ അതിസുന്ദരിയായിരിക്കണം.

"ചോദിച്ചോളൂ. എന്താണറിയേണ്ടത്?"

നല്ലൊരു തുടക്കത്തിനായി കാത്തിരിക്കുകയായിരുന്നു. അവൾ പാനപാത്രം താഴെവെച്ചു. ദത്തൻ മൗനവ്രതത്തിലാണ്. വന്നിട്ടിതുവരെയായിട്ടും ഒരക്ഷരം മിണ്ടിയിട്ടില്ല. "നിങ്ങൾക്കറിയാമോ, ഇതിനുമുമ്പും പലരും സ്യമന്തകം തിരക്കി എന്നെ വന്നു കണ്ടിട്ടുണ്ട്."

"ക്ഷമിക്കണം. ഞങ്ങൾ ബുദ്ധിമുട്ടി.."

"ഏയ്. അങ്ങനെയല്ല. പറഞ്ഞെന്നേയുള്ളൂ. ഇവൻ സംസാരിക്കാറേയില്ലേ?" ദത്തനെയാണ്, അവന്റെ ഇരിപ്പു കണ്ടാൽ ആരായാലും ചോദിച്ചു പോകും.

"നന്നായി സംസാരിക്കാറുണ്ട്. ഇന്നെന്തൊണാവോ?"

"യാത്രാക്ഷീണമാകും. കാലാവസ്ഥ മോശമാണ്. കുട്ടിയുടെ മുഖത്തും വാട്ടമുണ്ട്. കഴിക്കൂ." അവരെന്തോ തളികയിൽ വെച്ചുനീട്ടി. അവൾക്കും നല്ല തളർച്ച തോന്നുന്നുണ്ട്. തലനുറുങ്ങുന്ന പോലെ. ഇപ്പോൾ ഉറങ്ങിപ്പോകുന്ന അവസ്ഥ. അവൾ സംഭാഷണത്തിലേക്കു മടങ്ങാൻ ശ്രമിച്ചു.

"സ്യമന്തകം."

ഉം.... അതെപ്പറ്റി നമുക്കു സംസാരിക്കാം. ആദ്യം കുട്ടിയുടെ ക്ഷീണം മാറട്ടെ. അവർ അവളുടെ തല പീഠത്തിൽ ചാരി. വേണ്ടെന്നു പറയാനായില്ല. അതിനുമുമ്പെ ഉറങ്ങിപ്പോയി. എത്രനേരം അങ്ങനെ കിടന്നുവെന്ന് അവൾക്കൂഹമില്ല. കണ്ണു തുറന്നപ്പോൾ അവർ മുന്നിൽ തന്നെയിരിപ്പുണ്ട്. മുഖത്തെ ചിരി മായ്ഞ്ഞിട്ടില്ല.

"ക്ഷീണം കുറവുണ്ടോ?"

അവൾ ഉവ്വെന്നു മൂളി. ചുറ്റിലുംനോക്കി. "ദത്തൻ?"

"ഞാൻ പറയുന്നതു കേൾക്കൂ."

"ദത്തനെവിടെ? അതാണ് ആദ്യമറിയേണ്ടത്."

"എന്ത്?"

അവർ മുന്നോട്ടാഞ്ഞിരുന്നു. "അവൻ ശിക്ഷ അർഹിക്കുന്നു." അവൾ തൊടുക്കാനിരുന്ന ചോദ്യം അവർ ഒറ്റനോട്ടം കൊണ്ടു പ്രതിരോധിച്ചു. "എനിക്കു നിങ്ങളോട് യാതൊരു ശത്രുതയുമില്ല. നിങ്ങളെന്റെ അതിഥിയാണ്. ആ മര്യാദ ഞാൻ പാലിച്ചു. എനിക്കു നിങ്ങളെ ഉപദ്രവിക്കണമെന്നില്ല. സ്യമന്തകത്തെപ്പറ്റി എനിക്കൊന്നുമറിയില്ല. അതാണു സത്യം. ഇതെനിക്ക് എഴുത്തിലൂടെ അറിയിക്കാമായിരുന്നു. പക്ഷേ, എനിക്കവനെ ഇവിടെക്കിട്ടണമായിരുന്നു. എന്തിനെന്ന് ഞാൻ പറയുന്നില്ല. കുമുദിനിക്ക് വിശദമായി അറിയാം. നിങ്ങളുടെ സമയം മിനക്കെടുത്തിയതിൽ എനിക്കു ദുഃഖമുണ്ട്. നിങ്ങൾക്കു പോകാം. മറിച്ച്, സുഹൃത്തിനെ കണ്ടെത്തി രക്ഷപ്പെടുത്താനാണു ഉദ്ദേശ്യമെങ്കിൽ.. ഓർക്കുക, ഇത് മയൂരിയുടെ നാടാണ്."

പറഞ്ഞതെല്ലാം അവരുടെ കണ്ണുകൾ വീണ്ടും ഓർമ്മിപ്പിച്ചു. തനിക്കൊന്നും പറയാനും ചെയ്യാനുമില്ല. അവൾ പതിയെ പുറത്തേക്കു നടന്നു. തല കറങ്ങുന്നുണ്ട്. മയൂരിയുടെ നാട്ടിൽനിന്നും അവനില്ലാതെ അവൾ മടങ്ങുന്നില്ല. ഇനിയെത്ര വൈകിയാലും അവൾ ദത്തനെ കണ്ടെത്തിയിരിക്കും.

* * * * * *

മകനു സത്യവാനെന്നു പേരിട്ടപ്പോൾ അച്ഛൻ ഒന്നുമാത്രം ആഗ്രഹിച്ചു. അവനും തന്നെപ്പോലെ സത്യസന്ധനാകണമെന്ന്. അച്ഛൻ മണ്ണടിഞ്ഞിട്ട് ഇരുപത്തിരണ്ടു വർഷമാകുന്നു. എന്നിട്ടും അയാളിന്നേവരെ ആ പ്രതീക്ഷയ്ക്കു ഭംഗം വരുത്തിയിട്ടില്ല. സത്യവാൻ സത്യം മാത്രം പറഞ്ഞു, ധർമ്മം മാത്രം ചെയ്തു. അറിയുന്നവരെല്ലാം അയാളെ മാനിച്ചു. ആ സൽപ്പേരാണ് അയാളുടെ ഏക സമ്പാദ്യം. "പക്ഷേ, അതുകൊണ്ട് മരുന്നു വാങ്ങാനാകില്ലല്ലോ." സരമ നിർത്താനുള്ള ഭാവമില്ല. "നിങ്ങളെന്തൊരു ദുരഭിമാനിയാണ്. സ്വന്തം കുഞ്ഞ് അസുഖം മൂർച്ഛിച്ചു കിടക്കുമ്പോഴെങ്കിലും നിങ്ങൾക്ക് പതിവ് തെറ്റിച്ചുകൂടേ? മോഷ്ടിക്കാനല്ലല്ലോ പറയുന്നത്? കിട്ടുമ്പോൾ തിരിച്ചു കൊടുക്കാമല്ലോ."

അയാൾ വീടിനു പുറത്തിറങ്ങിയിരുന്നു. ഇതു സ്ഥിരം സംഭവമാണ്. കാലാവസ്ഥ മാറുമ്പോൾ മകൾക്ക് ശ്വാസംമുട്ടൽ വരും. ചികിത്സയ്ക്ക് പണമുണ്ടാകില്ല. സരമ ഇതേ പല്ലവി പാടും. അയാളുടെ ചില പൊടിക്കൈകൾ കഴിയുമ്പോൾ മകൾ സുഖപ്പെടുകയും ചെയ്യും. എന്നാലും അവളുടെ കുറ്റപ്പെടുത്തലുകൾ ഒരു വാരംകൂടി നീട്ടും. അതിന്റെ കാരണവും അയാൾക്കറിയാം. നീരു അവളുടെ ഏക സഹോദരനായിരുന്നു. മകനെപ്പോലെ വളർത്തിയ കുഞ്ഞനുജൻ. അവന്റെ കൂട്ടുകെട്ട് ശരിയല്ലെന്നു താൻ പലതവണ പറഞ്ഞു. ആരും കേട്ടില്ല. വിലപിടിപ്പുള്ള രത്നഹാരവുമായി നീരു കമ്പോളത്തിൽ പോകുന്നത് താൻ കണ്ടു. വിചാരണയ്ക്കുമുമ്പ് അവൾ യാചിച്ചു. എന്നിട്ടും സത്യവാൻ അസത്യത്തിനു കൂട്ടുനിന്നില്ല. രണ്ടു വർഷത്തെ ശിക്ഷ കഴിഞ്ഞിട്ട് ആറു വർഷമാകുന്നു. നീരു പിന്നെ മടങ്ങിവന്നിട്ടില്ല. സരമ അയാളോട് സംസാരിക്കുന്നത് നിർത്തി. പറയുന്നതെല്ലാം മുനകളാണ്. അയാൾ തിരിച്ചൊന്നും പറയാറില്ല.

"സത്യത്തേക്കാൾ വലുതാണ് മനുഷ്യത്വം. ആ പാവത്തിനെ സഹായിച്ചാൽ പുണ്യവും കിട്ടും. പണവും കിട്ടും." അയാൾ കേട്ടതായി നടിച്ചില്ല. കുറച്ചു കഴിയുമ്പോൾ നിർത്തിക്കോളും. "ആർക്കെങ്കിലും ഒരുപകാരം ചെയ്തുകൂടേ? ഒന്നുമില്ലെങ്കിലും സ്വന്തം കുഞ്ഞിനു വേണ്ടിയല്ലേ. മകൾക്ക് വലിവ് അല്പമധികമാണ്. പുറത്തിരുന്നാൽ കേൾക്കാം. വൈദ്യരെ വിളിക്കാൻ താല്പര്യമില്ലാഞ്ഞിട്ടല്ല. കൊടുക്കാൻ പണമില്ല. അതിന് കുഞ്ഞിനോടു വല്ല സ്നേഹവുമുണ്ടോ? സത്യവും ധർമ്മവും അഭിമാനവും കഴിഞ്ഞല്ലേ അതിന്റെ സ്ഥാനം!"

അയാൾ പുറത്തേക്കിറങ്ങി. ബാക്കി കേൾക്കാൻ വയ്യ. എന്തും സഹിക്കാം. തനിക്കു തന്റെ കുഞ്ഞിനോടു സ്നേഹമില്ലെന്നു മാത്രം പറയരുത്. കടത്തിന് കൈ നീട്ടാൻ മടിയാണ്. അതു ശീലിച്ചിട്ടില്ല. നാളെ വരെ കാക്കാം. മൂന്നു ദിവസംകൊണ്ടും കുറവില്ല എന്നാണെങ്കിൽ വൈദ്യരെ വിളിക്കാം. ഒരൊറ്റ ദിവസം സരമയുടെ കുത്തു വാക്കുകൾ സഹിക്കുക തന്നെ. ഇന്നത്തെ പകൽ അയാൾക്ക് വെറുതെയിരിക്കാം. ഇന്നു രാത്രിയാണു കാവലിനു പോകേണ്ടത്. പകലുറക്കം എന്തായാലും നടക്കില്ല. നിശ്ശബ്ദതയും സ്വസ്ഥതയും ഉള്ളപ്പോഴല്ലേ മനുഷ്യന് ഉറക്കം വരൂ. ക്ഷേത്രത്തിനുപുറത്തുള്ള കൂറ്റൻ മരമാണ് അയാളുടെ അഭയകേന്ദ്രം. അവിടെ ചെന്നിരിക്കാൻ ഇഷ്ടമാണ്. ശാന്തമായി ഒരു പോംവഴി ചിന്തിക്കണം. എത്രയും വേഗം പണം കണ്ടെത്തണം.

*　*　*　*　*　*

മയൂരി എത്രത്തോളം ദാനശീലയാണെന്ന് സരമയ്ക്ക് അറിയില്ല. വേറെ നിവൃത്തിയില്ലാത്തതു കൊണ്ടാണ്. രണ്ടു വർഷം സേവികയായി നിന്നതല്ലേ. എന്തെങ്കിലുമൊക്കെ തരാതിരിക്കില്ല. അയാളെപ്പോലെ സത്യവും അഭിമാനവുമൊക്കെ നോക്കിനിന്നാൽ മകളെ നഷ്ടമായെന്നു

വരും. കുഞ്ഞിന് വയ്യാതാകുന്നത് ആദ്യമായിട്ടല്ല. പക്ഷേ, അവളിങ്ങനെ തളർന്നുപോകുന്നത് ആദ്യമായിട്ടാണ്. കുഞ്ഞുമുഖം ആകെ കൂമ്പിയ ടഞ്ഞു പോയി. ശബ്ദമില്ലാതായിട്ട് രണ്ടു ദിവസമാകുന്നു. കാത്തിരുന്നു പരീക്ഷിക്കാൻ അയാളുടെയത്ര ധൈര്യം അവർക്കില്ല. അയൽക്കാരിയെ നോക്കാനേല്പിച്ചാണു വന്നത്. വേഗം തിരിച്ചെത്തണം. വയ്യാത്തപ്പോൾ അമ്മ അടുത്തു വേണമെന്ന് അവൾക്കു വാശിയാണ്. ഉണർന്നിട്ടു കണ്ടില്ലെങ്കിൽ കരയും. കൂടുതൽ വയ്യാതാകും.

സരമ മയൂരിയുടെ അന്തപുരത്തിലേക്കു കയറി. അവിടെയെങ്ങും ആരെയും കാണാനില്ല. ഒറ്റ ദാസിയെപ്പോലും കാണുന്നില്ല. എല്ലായിട ത്തും നോക്കി. ഇനി ഒരിടമേ നോക്കാൻ ബാക്കിയുള്ളൂ. നൃത്തമണ്ഡ പത്തിന്റെ വാതിൽ തുറന്നുകിടക്കുന്നു. അതൊരിക്കലും തുറക്കാത്ത താണ്. ഇരുപതു വർഷത്തിലേറെയായി അതടഞ്ഞു കിടക്കുന്നു. മയൂരിക്കുവേണ്ടി മാത്രമായി അന്നത്തെ രാജാവു പണി കഴിപ്പിച്ചതാണ്. അവർ നൃത്തമവസാനിപ്പിച്ചതോടെ മണ്ഡപം ഉപയോഗശൂന്യമായി. മറ്റൊരു നർത്തകനും നർത്തകിക്കും ഇവിടെ നൃത്തം ചെയ്യാനനുവാദം കിട്ടിയിട്ടില്ല. പാഴ്ച്ചെലവ്! സാധാരണക്കാരനു സൗഖ്യം ചെയ്യേണ്ട പണമാണ് യാതൊന്നിനുമല്ലാതെ ആരായിരിക്കും ഇതിങ്ങനെ തുറന്നി ട്ടത്? ഉറക്കെ ചോദിക്കാൻ ഒരുങ്ങിയതാണ്. അന്നത്തെ കൊട്ടാര ശില്പി മൂന്നു വർഷം മുഴുവൻ അദ്ധ്വാനിച്ചാണ് മണ്ഡപത്തിന്റെ പണി തീർത്തതെന്ന് കേട്ടിട്ടുണ്ട്. ഒരിക്കൽപ്പോലും ആ വൈഭവം കാണാനാ യിട്ടില്ല. ഏതായാലും വന്നതല്ലേ.

അകത്തു വെളിച്ചം കുറവ്. സന്ധ്യയായിട്ടില്ല. അല്ലെങ്കിൽ പുറത്തെവിടെയെങ്കിലും പന്തം വെച്ചേനെ. അവൾ മുന്നിലേക്കു നടന്നു. മണ്ഡപത്തിന്റെ നടുക്ക് വൃത്തത്തിലാണ് വേദി. അതിനു പിറകിൽ പീലി നിവർത്തിയ മയിലിന്റെ പ്രതിമ. മതകവും ഇന്ദ്രനീലവും പതിച്ച പീലികൾ യാഥാർത്ഥ്യത്തെ ലജ്ജിപ്പിക്കുന്നതാണ്. ഇരുട്ടത്ത് അവ പൂച്ചയുടെ കണ്ണുകൾ പോലെ മിന്നി. ഉത്തരത്തിൽ മുഴുവൻ ചിത്രപ്പണികളാണ്. വെട്ടക്കുറവു കാരണം ഒന്നും വ്യക്തമായില്ല. ചുമരുകളിലെ കൊത്തു പണികൾ പിന്നെയും വ്യക്തമാണ്. ഓരോ ശില്പവും നീണ്ട കഥകൾ പറയുന്നുണ്ട്. ഇപ്പോൾത്തന്നെ വീണേനെ. പടിക്കൽ ശ്രദ്ധിച്ചില്ല. ഓരോ പടിയും പ്രത്യേകമാണ്. പല വർണ്ണത്തിലുള്ള കല്ലുകളാണ് പാകിയിട്ടു ള്ളത്.

സരമ വേദിയിലേക്കു കയറി. ഈർപ്പമടിച്ചിട്ടാകണം തറയാകെ വഴുക്കുന്നുണ്ട്. ഇപ്പോഴാണ് മണ്ഡപമാകെ ഒറ്റ നോട്ടത്തിൽ കാണുന്നത്. ഈ സ്ഥലം ഇത്രയും കാലം പൂട്ടിയിടേണ്ട കാര്യമെന്തായിരുന്നു? കൊട്ടാരത്തിലേറ്റവും ഗംഭീരം ഈ മണ്ഡപം തന്നെ. ഹൊ. പിന്നെയും വീഴാൻപോയി. ഇനിയിപ്പോൾ ജനാല തുറക്കുകതന്നെ. കാണുന്ന തിനൊക്കെ ഒരു വ്യക്തത വരട്ടെ. വർഷങ്ങളായി പൂട്ടിക്കിടന്നു കമ്പികൾ തുരുമ്പിച്ചു തുടങ്ങിയിരിക്കുന്നു. തുറക്കാൻ നന്നായി പ്രയാസപ്പെട്ടു.

വിരലുകൾ തൊലി പോയി നീറി.

പുതുവെട്ടത്തിൽ മണ്ഡപം കാണാനായി അവൾ തിരിഞ്ഞു. വേദിയുടെ നിലത്ത്....രക്തം! ഒരു ചിലങ്ക അഴിഞ്ഞു കിടക്കുന്നു. ഒച്ചിനേക്കാൾ മന്ദഗതിയിലാണ് സരമയുടെ കണ്ണുകൾ ചിലങ്കയെ പിന്തുടർന്നത്. പടികൾക്കു താഴെ ഒറ്റച്ചിലങ്കയണിഞ്ഞ്, ചോരയിൽ ചുവന്ന് മയൂരി മരിച്ചു കിടക്കുന്നു.

* * * * * *

ജീവിതത്തിലാദ്യമായി സത്യവാൻ അസത്യത്തിനു കൂട്ടുനിന്നു. കുഞ്ഞിന്റെ നില അത്ര ഗുരുതരമായിരുന്നു. ഒരിറ്റു പ്രാണവായുവിനായി അതു പിടയ്ക്കുന്നത് കണ്ടുനില്ക്കാനായില്ല. മയൂരിയെ കാണാൻ പോയ സരമ വെറും കൈയോടെയാണു മടങ്ങിയെത്തിയത്. തന്റെ പൊടി ക്കൈകൾ ഫലിക്കില്ലെന്ന് അയാൾക്കുറപ്പായി. വൈദ്യനെ വിളിക്കണം. സഹായം ചോദിച്ചു വന്നയാളെ ചെന്നുകണ്ട് പണം വാങ്ങി വേണ്ടതു ചെയ്തുകൊടുത്തു. വൈദ്യനെ കുറച്ചുനേരം കാത്തുനില്ക്കേണ്ടി വന്നു. പക്ഷേ, കിട്ടി. ഒരു കവല കൂടി തിരിഞ്ഞാൽ വീടെത്തി. അയാളുടെ മനസ്സിൽ പ്രാർത്ഥന മാത്രമേയുള്ളൂ. കുഞ്ഞൊന്ന് സുഖപ്പെട്ടിരു ന്നെങ്കിൽ... സത്യം- അസത്യങ്ങളുടെ തുലാസു പിന്നെയാകാം. സരമ കുഞ്ഞിനടുത്തിരിക്കുകയായിരുന്നു. കണ്ടപ്പോൾ അടുത്തേക്കു വന്നു. എത്രയോ നാളുകളായി അവളുറങ്ങിയിട്ട്. കണ്ണിനു താഴെ കരിമ്പടം വിരിച്ചപോലെ. വൈദ്യൻ കുഞ്ഞിനടുത്തേക്കു നടന്നു. അവൾ തൊട്ടു മുന്നിൽ നില്ക്കുന്നു. എന്തു ചെയ്യണമെന്നറിയില്ല. സംസാരിച്ചിട്ടു കുറേയായില്ലേ. "പേടിക്കണ്ട." അയാൾ വെറുതെ ആശ്വസിപ്പിക്കാനായി പറഞ്ഞു. അവൾ തലയാട്ടി. "ഉം... ഇനി പേടിക്കാനൊന്നുമില്ല."

അസത്യത്തിന്റെ പ്രതിഫലം അന്നു രാത്രി ചിതയിൽ ദഹിച്ചു.

* * * * * *

പറഞ്ഞു കേട്ടതൊന്നുമല്ല മരണം. അവനിപ്പോൾ നല്ല സുഖം തോന്നുന്നുണ്ട്. ഇനിയിപ്പോൾ ഒന്നിനെയും ഭയക്കാനും വെറുക്കാനുമില്ല. വിളമ്പും മുമ്പെ സത്യവാൻ പറഞ്ഞിരുന്നു വിഷച്ചോറാണെന്ന്. എന്നിട്ടും കഴിക്കാൻ മടിയൊന്നും തോന്നിയില്ല. കൂടെയുണ്ടായിരുന്ന വൃദ്ധൻ കഴിച്ചുവോ? അയാൾക്കും വിളമ്പിയതാണ്. ആഹ്! കഴിച്ചെങ്കിൽ ഇവിടെയെവിടെയെങ്കിലും വെച്ചു കാണാം. വലിയ തിരക്കൊന്നുമില്ല. പരലോകത്ത് മറ്റെന്താണു ചെയ്യാനുള്ളത്?

"ദത്താ." ആരോ കുലുക്കി വിളിക്കുന്നു. അവൻ കണ്ണു തുറന്നില്ല. മുഖത്ത് ശക്തിയായി വെള്ളം. അയാൾ ഞെട്ടി. മൂക്കിനുള്ളിൽ വെള്ളം കയറിപ്പോയി. "ചിത്രാംഗദ!" അവൻ ചുറ്റിലും നോക്കി.

താനിപ്പോഴും ജീവിച്ചിരിപ്പുണ്ട്!

അഞ്ച്

അഗ്നികുണ്ഡം ഭംഗിയായി ജ്വലിച്ചു. അഘോരന്റെ ഓരോ മന്ത്രവും അതിനെ കൂടുതൽ തീക്ഷ്ണമാക്കി. ആരും അനങ്ങിയില്ല. എന്താണു സംഭവിക്കുന്നതെന്ന ആകാംക്ഷയെക്കാളേറെ ഭയമാണ്. ഇടിഞ്ഞു വീഴാറായ ഗുഹയിലാണ് അവരിരിക്കുന്നത്. നിരപ്പല്ലാത്ത പാറപ്പുറത്ത് അസ്വസ്ഥതയോടെ. എവിടെയൊക്കെയോ സീൽക്കാരങ്ങൾ. ഉള്ളു കിടുങ്ങുന്നുവെങ്കിലും ആരുമത് പുറത്തുകാട്ടിയില്ല. ദത്തനെ രക്ഷിക്കുന്നതിനൊപ്പം ഒരാൾ കൂടി. പ്രതിഫലം ഇച്ഛിക്കാത്ത നന്മകൾ പുണ്യം കൊണ്ടുവരുമെന്ന പറച്ചിലിൽ പതിരില്ല. തങ്ങളുടെ പുണ്യമാണ് മുന്നിലിരിക്കുന്നത്. മന്ത്രവാദിയാണ്, ജീവൻ രക്ഷിച്ചതിനു പകരം എന്തു സഹായവും ചെയ്യാം എന്നൊക്കെ പറഞ്ഞപ്പോൾ നിഷേധിച്ചു. അയാളാണ് നിർബ്ബന്ധപൂർവ്വം കൂട്ടിക്കൊണ്ടുവന്നത്. നാലു ദിസത്തെ യാത്ര വെറുതെയാകുമെന്ന് തോന്നുന്നില്ല. ഇനി ശേഷിക്കുന്നത് ഏഴു നാളാണ്. അതിനുള്ളിൽ സ്യമന്തകം എവിടെയാണെന്നെങ്കിലും....

"എവിടെയെന്നോ?" അയാളുറക്കെ ചിരിച്ചു. "അത് കൈയിലെത്തിച്ചുതരാം. മതിയോ?"

അങ്ങനെയാണ് പൂജ തുടങ്ങിയത്. ഇപ്പോൾ രണ്ടു നാഴികയായിക്കാണും. തീയേറ്റു വിയർത്തു ക്ഷീണിച്ചു. അയാൾ മന്ത്രോച്ചാരണം തുടർന്നു പോകുകയാണ്. ഏതു ദേവനെയാണു പൂജിക്കുന്നതെന്നറിയില്ല. അവളും കണ്ണുകൾ ഇറുക്കിയടച്ചു. എന്തെങ്കിലും പെട്ടെന്ന് സംഭവിച്ചിരുന്നെങ്കിൽ.....എന്തെങ്കിലുമൊന്ന്.

ഠേ! അഗ്നികുണ്ഡത്തിലെന്തോ പൊട്ടൽ ശബ്ദം. ജ്വാലയുടെ നിറം മാറുന്നുവോ? എല്ലാ കണ്ണുകളിലും അമ്പരപ്പ്. ഠേ! ഇത്തവണ ശബ്ദം കൂടുതലാണ്. ജ്വാല തീർത്തും നീല നിറമായി. അഘോരൻ കണ്ണു തുറന്നു.

"കുമാരീ, ശ്രദ്ധിച്ചു കേൾക്കണം. നിങ്ങളിപ്പോൾ ഭൂതകാലത്തിലേക്ക് പോകുകയാണ്. പല വാതിലുകളിലൂടെയും കടന്നു പോകേണ്ടിവരും. ഭയപ്പെടുത്തുന്ന പലതും കണ്ടെന്നിരിക്കും. പേടിക്കരുത്. നിങ്ങൾക്കൊന്നും സംഭവിക്കില്ലെന്നു ഞാൻ ഉറപ്പുതരാം. ഓരോ കടമ്പയും കടന്നാൽ നിങ്ങൾ ആഗ്രഹിക്കുന്നത് കിട്ടും. പക്ഷേ, ശ്രദ്ധിക്കണം. ഒരു വാതിലിനു മുന്നിലും രണ്ടുനിമിഷത്തിൽ കൂടുതൽ ചിന്തിച്ചു നില്ക്കരുത്. വാതിലടഞ്ഞു പോയാൽ പിന്നീടൊരിക്കലും നിങ്ങൾക്ക് അങ്ങോട്ടു പോകാൻ കഴിയില്ല. മനസ്സിലായോ?"

അവളെല്ലാം മനസ്സിൽ കുറിച്ചിട്ടു. "ആയി." തയ്യാറെടുപ്പും നടത്തി. "എവിടെയാണ് എനിക്കു പോകാനുള്ള വാതിൽ?"

"അഗ്നികുണ്ഡത്തിലേക്കിറങ്ങൂ."

അവൾ നിന്നു. ചുറ്റിലും ശ്വാസമെടുക്കുന്ന ശബ്ദം കേട്ടു. "ഇതിലും വലിയ കടമ്പകളാണു കടക്കാനുണ്ടാകുക. ധൈര്യമായി ഇറങ്ങൂ. ഒന്നും സംഭവിക്കില്ല." അവൾ പിന്നെയൊന്നും ചിന്തിച്ചില്ല. നീല നിറത്തിലുള്ള ജ്വാല വല്ലാതെ ഭയപ്പെടുത്തിയില്ല. മെല്ലെ കാലെടുത്തു വെച്ചു. ചൂടില്ല, കുളിർക്കാറ്റ് വീശുന്നപോലെ. അവൾ അടുത്ത ചുവടുകൂടി വെച്ചു. ഒരു ചുഴലിക്കാറ്റ് അവളെ അഗാധതയിലേക്കു വലിച്ചെറിഞ്ഞു. എല്ലൊടിയാത്തതിൽ കൃതാർത്ഥയായി. അവൾ നോക്കിയപ്പോൾ ജ്വാല അപ്രത്യക്ഷമായി. ആരുമില്ല. മുന്നിലൊരു വാതിൽ അടഞ്ഞു കിടക്കുന്നു. ചിന്തിക്കാൻ നേരമില്ല. വാതിൽ തുറന്നു.

ഇരുട്ടിലേക്ക് അവൾ മുഖമടിച്ചു വീണു. പിന്നിൽ വാതിലടഞ്ഞു. ഒന്നും കാണാൻ വയ്യ. തപ്പിത്തടഞ്ഞെഴുന്നേറ്റു. മുന്നിലേക്കു പോകുകയല്ലാതെ മാർഗ്ഗമില്ല. നീട്ടിയ കൈകൾ എവിടെയൊക്കെയോ കൊണ്ടുകീറി. പാറയാണ്. വഴിയടഞ്ഞ തുരങ്കമാണോ? കൈത്തലം മുറിഞ്ഞു നീറുന്നുണ്ട്. കാലുകൾ കൂർത്ത കല്ലുകളിൽ തറച്ചിറങ്ങുന്നു. കണ്ണു നിറഞ്ഞുവന്നു. ഉയർന്നുവന്ന കരച്ചിൽ അവൾ കടിച്ചിറക്കി. ആദ്യത്തെ വാതിലാണിത്. മുന്നോട്ടിനിയും പോകാനുണ്ട്. വവ്വാലുകളായിരിക്കണം അവളെ ഞെട്ടിച്ചുകൊണ്ട് അങ്ങോട്ടുമിങ്ങോട്ടും പറന്നു. കാണാനാകാത്ത ശത്രുക്കളെ ഭയന്ന് ഒരു കൈ കൊണ്ട് മുഖം മറച്ചു. സ്വന്തം ചോരയുടെ മണം മൂക്കറിഞ്ഞു. ഈ യാത്ര വേഗം അവസാനിച്ചാൽ മതിയായിരുന്നു. മനോധൈര്യം ചോർന്നു പോകുകയാണ്. വെളിച്ചമുണ്ടെങ്കിൽ, മുന്നിലെന്താന്നു കാണാനായാൽ ധൈര്യം തോന്നുമായിരുന്നു. കൈ എന്തിലോ തട്ടി. പാറയല്ല, മുഖത്തുനിന്നും മാറ്റി മറ്റേ കൈ കൊണ്ട് ഉറപ്പു വരുത്തി. വാതിലാണ്. ദീർഘ നിശ്വാസത്തോടെ വലിച്ചു തുറന്നു.

തടാകം! തോണിയോ ചങ്ങാടമോ കാണുന്നില്ല. താൻ നീന്തണമെന്നാണോ? അവൾക്ക് നീന്തലറിയില്ല. വെള്ളം പേടിയാണ്. തിരിച്ച് ഇരുളിലേക്കിറങ്ങിയാലോ. വാതിൽ ഇടുങ്ങി വരുന്നു. തന്റെ സമയം അവസാനിക്കുകയാണ്. വാതിൽ ഒരു മാളത്തിന്റെ വലിപ്പമായപ്പോൾ

അവൾ തടാകത്തിലേക്ക് എടുത്തുചാടി. പരിശ്രമത്തിനിടെ മരിച്ചാലും സാരമില്ല. വെള്ളം മൂക്കിലേക്കും ചെവിയിലേക്കും ഇരച്ചു കയറി. ശ്വാസം മുട്ടുന്നു. കണ്ണുകൾ തുറക്കാൻ തന്നെ ധൈര്യമില്ല. അവൾ കൈകാലു കളിട്ടടിച്ചു. വായിൽനിന്നും കുമിളകൾ നിലവിളിയായി പുറത്തുവന്നു. ഒഴുക്ക് അവളെ തോല്പിച്ച് അടിത്തട്ടിലേക്കു കൊണ്ടുപോയി. ശ്വാസം നിലച്ച്, ബോധം മറയുന്ന നിമിഷത്തിൽ അവളടുത്ത വാതിലിൽ ചെന്നു തട്ടി. മരണവെപ്രാളത്തോടെ വലിച്ചു തുറന്നു.

എവിടെയോ ചെന്നുവീണു. അറിയില്ല. ശ്വാസം നേരെയാവാൻ സമയമെടുത്തു. എന്നിട്ടും എഴുന്നേല്ക്കാനായില്ല. ചെവിയിലൂടെ വെള്ളം കയറിയതല്ലേ ബോധം പതുക്കെയാണു വരുന്നത്. വല്ലാതെ തണുക്കുന്നുണ്ട്. നനുത്ത പ്രതലത്തിൽ വീണതു നന്നായി. അവൾ എഴുന്നേല്ക്കാനൊരു ശ്രമം നടത്തി. ഇനിയെന്താണാവോ വരാതിരിക്കു ന്നത്? ശ്രമം വിജയിച്ച് എഴുന്നേറ്റിരുന്നപ്പോൾ അവളുടെ കണ്ഠത്തിൽ നിന്നൊരു നിലവിളി പുറത്തുചാടി. ഇന്നേരമത്രയും അവൾ കടിച്ചു പിടിച്ച നിലവിളി. അവൾ സർപ്പമഞ്ചത്തിലാണ് കിടക്കുന്നത്. പതിനായിരക്ക ണക്കിനു സർപ്പങ്ങൾ കൂടിപ്പിണഞ്ഞു കിടക്കുന്നു. അവയ്ക്കു മുകളിലാണ് താൻ കിടക്കുന്നത്. അവൾ പിടഞ്ഞെഴുന്നേറ്റു. ചിലതെല്ലാം അവൾക്കു നേരെ ചീറിയടുത്തു. പല നിറത്തിലും വലിപ്പത്തിലുമുള്ളത്. ഭയത്തോടൊപ്പം അറപ്പും തികട്ടിവന്നു. ഓടി രക്ഷപ്പെടാൻ നോക്കി. കാൽകുത്താനിടമില്ല. ചവിട്ടിയ സർപ്പങ്ങളെല്ലാം ക്രോധത്തോടെ പത്തി വിടർത്തി. തിരിഞ്ഞുനോക്കാതെ, കുനിഞ്ഞുനോക്കാതെ പാഞ്ഞു. വിഷം ചീറ്റുന്ന ശബ്ദം. തിരിഞ്ഞോടാനാണ് എളുപ്പം. അടുത്ത വാതിൽ ഏറെ അകലെയാണ്. ചില കൊത്തുകൾ ഏറ്റുകഴിഞ്ഞു. ഇനിയേതായാലും ഭാഗ്യം പരീക്ഷിക്കാം. അവൾ മുഴുവൻ ശക്തിയും സംഭരിച്ച് മുന്നോട്ടോടി.

വാതില്ക്കലെത്തിയപ്പോഴേ മനസ്സിലായി. അടുത്തത് അഗ്നിയാണ്. അഗ്നികുണ്ഡത്തിലെ മായയല്ല, യഥാർത്ഥ അഗ്നി. എന്താണെങ്കിലും പിന്നോട്ടില്ല. തീയിലിറങ്ങിയതും നാളങ്ങൾ പൊതിഞ്ഞു. തൊലി നീറി. മാംസം വെന്തുതുടങ്ങി. ആ വേദന താങ്ങാവുന്നതിനപ്പുറമാണ്. അവൾ പുളഞ്ഞു. ഇതോടെ ചാമ്പലായിത്തീരട്ടെ. അധികനേരം അവൾക്കു സഹിക്കാൻ വയ്യ. ദഹിച്ചില്ലാതാവുകയാണ്. തന്നെ ചുട്ടെരിക്കാനൊരു നാളം പൊങ്ങിയുയർന്നത് അവൾ കണ്ടു. അതിപ്പോൾ തന്നെ വിഴുങ്ങും. അവൾ മരണഭയത്തിൽ അലറി. തീ അപ്രത്യക്ഷമായി. അവൾക്കു വേദന മാറി. ദേഹത്ത് വിയർപ്പുപോലുമില്ല.

ഒരു സ്ത്രീ നടന്നടുക്കുന്നു. അവരുടെ സൗന്ദര്യത്തിൽ അവളുടെ കണ്ണഞ്ചി.

"ഭാനുമതി?"

അവർ ചിരിച്ചു.

* * * * * *

അഗ്നികുണ്ഡത്തിൽനിന്നും പുറത്തിറങ്ങുമ്പോൾ അവളുടെ മുഖത്ത് വസന്തം വിടർന്നിരുന്നു. "അഘോരാ...." കൃതജ്ഞതകൊണ്ട് കരഞ്ഞു പോകുന്നു. "നന്ദി. വളരെയധികം നന്ദി. നിങ്ങളില്ലായിരുന്നെങ്കിൽ ഇതു സാധിക്കില്ലായിരുന്നു." കൂടുതൽ പറഞ്ഞു നശിപ്പിക്കണ്ട. അവൾ പങ്കാളികൾക്കു നേരെ തിരിഞ്ഞു. "സ്യമന്തകം. അതു നമ്മൾ നേടി. ലക്ഷ്യം പൂർത്തീകരിച്ചു. ഇനി എത്രയും വേഗം തിരിച്ചുപോകണം. ഒരു നിമിഷം പാഴാക്കേണ്ട കാര്യമില്ല." അവൾ കൈയിലിരുന്ന സ്യമന്തകം ഉയർത്തി എല്ലാവരേയും കാട്ടി.

ആരുമെന്താണ് മിണ്ടാത്തത്? പറഞ്ഞതു കേട്ടില്ലെന്നുണ്ടോ? തനിക്കു വല്ലതും പറ്റിയോ എന്ന ആശങ്കയാകും. "എനിക്കൊന്നും സംഭവിച്ചില്ല. അഘോരൻ ആദ്യമേ പറഞ്ഞുവല്ലോ ഒന്നും പറ്റില്ലെന്ന്. നമ്മൾ വിജയിച്ചില്ലേ! മടങ്ങാം. ഇനി അധികം നാളില്ല, പൗർണ്ണമിക്ക്."

"നാളെയാണ് പൗർണ്ണമി." ദത്തൻ പതിഞ്ഞ മട്ടിൽ പറഞ്ഞു.

"നാളെയോ? പൂജയ്ക്കു മുമ്പ്, ഇന്നു രാവിലെയല്ലേ നാം കണക്കു കൂട്ടിയത്? ഏഴു ദിവസമുണ്ട്."

"അതെ, പൂജയ്ക്കു മുമ്പാണു നമ്മൾ കണക്കു കൂട്ടിയത്. അതു പക്ഷേ, അഞ്ചുനാൾ മുമ്പായിരുന്നു."

"കുമാരി." അഘോരന്റെ സ്വരം കടിച്ചമർത്തിയപോലെ വലിഞ്ഞിരുന്നു. "അഞ്ചു ദിവസം അവിടുന്ന് ഭൂതകാലത്തിലായിരുന്നു. അവിടുത്തേക്കിനി രണ്ടു രാത്രിയും ഒരു പകലും സമയമാണ് അവശേഷിക്കുന്നത്."

ആറ്

ഭൗമിനിയുടെ മഹാരാജാവ് കീർത്തിമാനും മന്ത്രി വിദ്യാധരനും ഒന്നും മിണ്ടിയില്ല. ഇരുവരും തങ്ങൾക്കു മുന്നിലെ ചിത്രത്തിൽ കണ്ണും നട്ടിരുന്നു. വീശിയടിച്ച കാറ്റിനും കനംവെച്ചു. അഘോരൻ പറഞ്ഞയച്ചത് രാജാവ് സഹായിക്കുമെന്ന ഉറപ്പിലാണ്. ഇവരുടെ മൗനം ആ വിശ്വാസത്തെയാണ് വെല്ലുവിളിക്കുന്നത്. കൊഴിയുന്ന ഓരോ നിമിഷവും പാഴാവുകയാണ്. അവൾ ലക്ഷ്യത്തിൽനിന്നും കൂടുതൽ കൂടുതൽ അകലുകയാണ്. നിശ്ശബ്ദത മടുത്ത രാജാവിന്റെ കണ്ണുകൾ മന്ത്രിയെ തേടി. ഒന്നും മിണ്ടാതെ ഒരുനിമിഷം അവർ പരസ്പരം നോക്കി. നോട്ടത്തിന്റെ പൊരുളറിഞ്ഞിട്ടാകണം മന്ത്രി എഴുന്നേറ്റു. തനിക്കു മുന്നിലെ നിറം മങ്ങിയ ചിത്രം അയാൾ ഉയർത്തിക്കാട്ടി അതൊരു പഴഞ്ചൻ ഭൂപടമായിരുന്നു. അങ്ങോട്ടുമിങ്ങോട്ടും കറുത്തവരകളുള്ള ഭൂപടം. എല്ലാവരും കണ്ടുവെന്ന് ഉറപ്പു വരുത്തിയതോടെ അയാളതു താഴെവെച്ചു.

"വജ്രഭൂമിയാണ് നമ്മുടെ ലക്ഷ്യം. അതും രണ്ടു രാത്രിക്കും ഒരു പകലിനുമിടയിൽ. കരമാർഗ്ഗം യാത്ര ചിന്തിക്കുന്നതു തന്നെ വിഡ്ഢിത്തം. ജലമാർഗ്ഗേന പോകുന്നതാണ് അഭികാമ്യം. അതിൽത്തന്നെ ചാർമി, ചേതന, കൃപാലി, പല്ലവി എന്നീ നദികളിലൂടെയുള്ള യാത്രയാണ് ഏറ്റവും സൗകര്യം. കൊട്ടാരത്തിനു തൊട്ടടുത്തുള്ള ചാർമിയുടെ ശാഖയിൽനിന്നു തന്നെ തുടങ്ങാം. ചാർമിയിൽനിന്നു ചേതനയിലേക്ക്. ചേതനയിലൂടെ നമ്മുടെ അതിർത്തി പിന്നിടാം. നേരെ രൂപൽനഗറിലേക്ക്. വിലാസപുരി എന്ന പട്ടണത്തിൽ വെച്ച് ചേതന ചിത്രയും തേജിയുമായി ചേർന്ന് കൃപാലിയായി തെക്കോട്ടൊഴുകും. അങ്ങനെ ലോപയിലെത്താം. പിന്നെ പല്ലവിയിലൂടെ വജ്രഭൂമിയിൽ. വാസ്തവത്തിൽ ഗന്ധകവനം കടക്കുന്ന കൃപാലി തന്നെയാണ് പല്ലവി.

നമ്മുടെ മികച്ച നൗകയാണ് നാം അതിഥികൾക്കു കൊടുത്തു വിടുന്നത്. ഉറപ്പും സൗകര്യവുമുള്ളത്. മൂന്നു വർഷമായി നിരന്തരം പരിശീലിക്കുന്ന തുഴയൽ വിദഗ്ദ്ധനെയാണ് അയയ്ക്കുന്നത്. അതിവേഗം നമുക്കിവരെ ലക്ഷ്യത്തിലെത്തിക്കാം. പക്ഷേ, വഴിയിൽ തടസ്സങ്ങളുണ്ട്. ഒന്നാമത്, നമുക്ക് പിന്നിടേണ്ടി വരുന്ന നദികൾ തന്നെ. അവ വളരെയധികം അപകടകാരിയാണ്. നമ്മുടെ തുഴയൽ വിദഗ്ദ്ധർക്ക് ആ നദികൾ പരിചയവുമില്ല. മഹാഗിരിയിലാണെങ്കിൽ പാറക്കല്ലുകൾ നദിയിലേക്ക് വീഴ്ത്തുന്നത് സ്ഥിരം സംഭവവും. ഈ പറഞ്ഞ അപകടങ്ങൾ ഒക്കെയും തരണം ചെയ്യാനായെങ്കിൽ തന്നെയും വജ്രഭൂമിയിലെത്താൻ കുറഞ്ഞത് മൂന്നുനാൾ വേണം. നിർഭാഗ്യവശാൽ, ഇവരുടെ പക്കലുള്ളത് രണ്ടു രാത്രിയും ഒരു പകലുമാണ്. നാം എത്ര ശ്രമിച്ചാലും ആ സമയത്തിനുള്ളിൽ അവിടെയെത്താൻ പ്രയാസമാണ്. അസാദ്ധ്യം എന്നുതന്നെ പറയാം."

അയാൾ ആരെയും നോക്കിയില്ല. വിശേഷിച്ചും അവളെ. കൂടുതലൊന്നും പറയാനില്ലെന്ന ഭാവം മുഖത്തണിഞ്ഞ് മന്ത്രി ഉപവിഷ്ടനായി. നാളെയാണു പൗർണ്ണമി. സൂര്യനുദിച്ച് രണ്ടു നാഴിക. അതിനുമുമ്പെ അവൾക്കവിടെ എത്തിയേ തീരൂ. ഇല്ലെങ്കിൽ ഈ പരിശ്രമമെല്ലാം വെറുതെയാകും. അവൾ ഭൂപടം തനിക്കു നേരെ നീക്കി വെച്ചു. പിഞ്ഞിത്തുടങ്ങിയ ആ ചിത്രത്തിലൂടെ നെടുകെയും കുറുകെയും കടന്നുപോകുന്ന കറുത്ത മങ്ങിയ വരകളെ സൂക്ഷിച്ചുനോക്കി. നോക്കുന്തോറും അവ കൂടുതൽ സങ്കീർണ്ണമായി കാണപ്പെട്ടു (ചിത്രം 1).

"എന്ത് ചെയ്യും?" അവൾ ആരോടെന്നില്ലാതെ ചോദിച്ചു. അവൾ നോക്കിയ കണ്ണുകൾ ഉത്തരമില്ലാതെ അവളെത്തന്നെ നോക്കി.

"അഘോരനെത്തന്നെ വിളിപ്പിക്കാം. അയാളോടു ചോദിച്ചിരുന്നോ!"

മഹാരാജാവ് ആളയച്ചു. അയാളെക്കൊണ്ടേ എന്തെങ്കിലും ചെയ്യാനാകൂ. താൻ ശ്രമിച്ചില്ലെന്നാണോ രാജാവു കരുതുന്നത്! അയാളുടെ സിദ്ധികൾ താൻ നേരിട്ടു കണ്ടതല്ലേ. ഭൂതകാലത്തെ മുന്നിലെത്തിച്ചയാൾക്ക് തന്നെ മടക്കിയയക്കുക നിസ്സാരം. എന്നിട്ടും മഹാരാജാവിനെ ചെന്നു കാണാനാണ് അയാൾ പറഞ്ഞത്. ഇവിടംവരെ കൊണ്ടുവന്നാക്കുകയും ചെയ്തു. കൊട്ടാരമുറ്റംവരെ കൂട്ടുവന്നു. എത്രയൊക്കെ നിർബ്ബന്ധിച്ചതാണ്. എന്നിട്ടും അകത്തേക്കു വന്നില്ല.

"അയാളോ?" വിദ്യാധരൻ ചീറി. "അയാൾക്ക് നിറങ്ങളുണ്ടാക്കാനും നിഴലുകളെ നൃത്തം വെപ്പിക്കാനും പറ്റും. എല്ലാം ചില ദൃശ്യ വിഭ്രാന്തികളാണ്. മായക്കാഴ്ചകൾ കാട്ടി ആളുകളെ പറ്റിക്കാനല്ലാതെ അയാൾക്കെന്തു ചെയ്യാനാകും?" വിദ്യാധരൻ അവളെ നോക്കി. "അയാൾ നിങ്ങളുടെ സുഹൃത്താണല്ലോ? അയാളുടെ സന്ദേശവുമായിട്ടാണല്ലോ നിങ്ങൾ വന്നത്? സ്വാഭാവികമായും നിങ്ങൾ അയാളോട് സഹായം ചോദിച്ചിട്ടുണ്ടാകണം. അയാൾക്ക് അതിനു സാധിക്കില്ല. അല്ലെങ്കിൽ നിങ്ങളെ ഇങ്ങോട്ടു പറഞ്ഞു വിടില്ലല്ലോ."

ചിത്രം 1

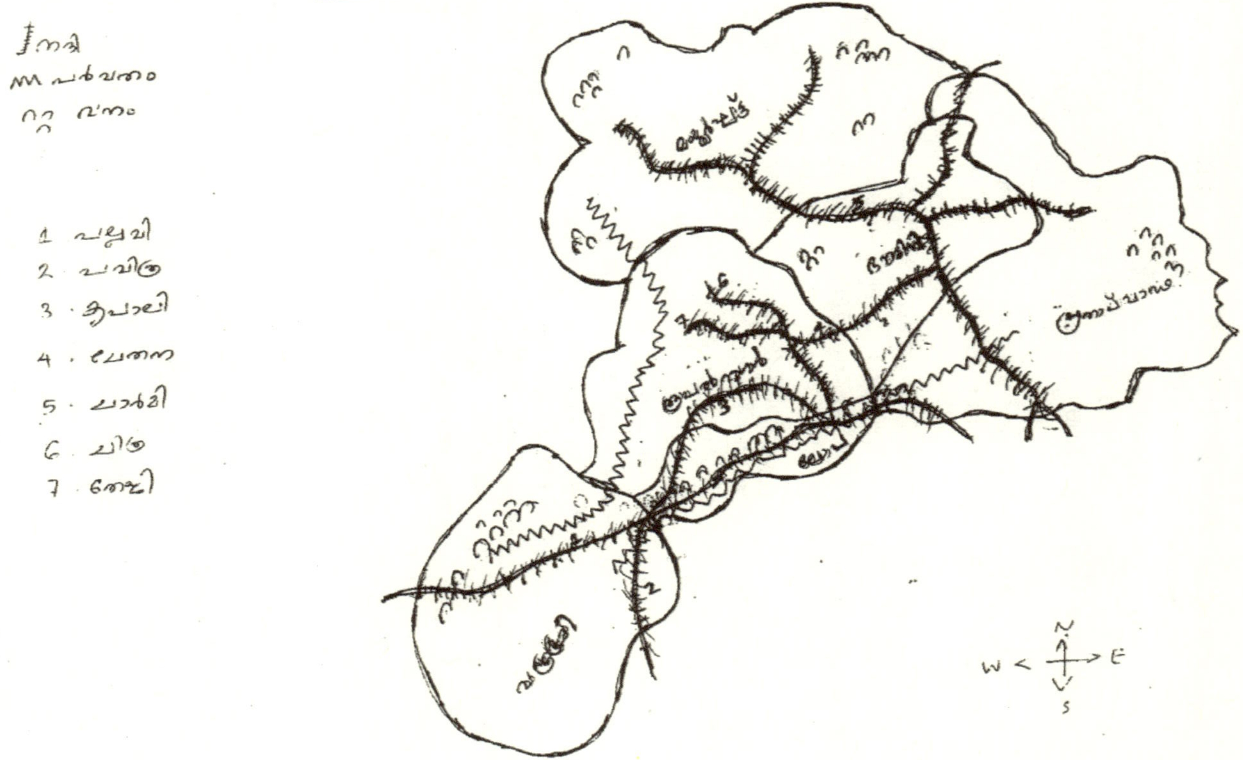

വിദ്യാധരൻ പറയുന്നതാണ് യുക്തിയെന്ന് അവൾക്കും തോന്നൽ വന്നു. മനസ്സ് അംഗീകരിച്ചില്ല. അഘോരന് സാധിക്കാഞ്ഞിട്ടാവില്ല. പിന്നെയെന്താണെന്നു പറയാൻ അവൾക്കറിയില്ല. തന്റെ മുഖത്തുനിന്നും മന്ത്രി കാര്യങ്ങളറിഞ്ഞു കഴിഞ്ഞു. അയാൾ എല്ലാമറിയുന്ന ചിരി ചിരിച്ചു. "കണ്ടില്ലേ. അയാൾക്കു കഴിയില്ല. പൊടിക്കൈകൾകൊണ്ട് എല്ലാവരേയും എല്ലാക്കാലത്തും പറ്റിക്കാനാകില്ല."

"പഴയതൊക്കെ മറന്നുകൂടേ, മന്ത്രി?" മഹാരാജാവിന്റെ ശബ്ദം ക്ഷീണിച്ചു. വിദ്യാധരൻ ചിരി നിർത്തി. ഇഷ്ടമില്ലാത്തതെന്തൊക്കെയോ ഓർത്തിട്ടാകണം അയാൾ തല കുടഞ്ഞു. "ചെപ്പടി വിദ്യക്കാരൻ. വെറും ചെപ്പടി വിദ്യക്കാരൻ."

"വളരെ ശരിയാണ്." പുറകിൽ നിന്നൊരു ശബ്ദം. വിദ്യാധരൻ വിളറി. അയാളുടെ താടി വിറച്ചു. "ക്ഷമിക്കണം മഹാരാജൻ. പഴയ സുഹൃത്തിനെ കണ്ടപ്പോൾ ഉപചാരം മറന്നു." മഹാരാജാവിനെ വന്ദിച്ചുകൊണ്ട് അഘോരൻ കടന്നുവന്നു. അവളുടെ ഉള്ളിലൂടൊരു തണുത്ത കാറ്റുവീശി. മഹാരാജാവു കാട്ടിയ ഇരിപ്പിടത്തിലേക്കു ഇരിക്കുമ്പോഴും അയാൾ വിദ്യാധരനിൽനിന്നും കണ്ണെടുത്തില്ല. വിദ്യാധരന്റെ ചെവിവരെ ചുകന്നുപോയിരുന്നു. അവർ കണ്ണുകളിലൂടെ സംസാരിച്ചു. മന്ത്രി മുഖം തിരിക്കുംവരെ. അഘോരന്റെ മുഖത്തൊരു കള്ളച്ചിരി തത്തിനടക്കുന്നു.

"താങ്കളെ വിളിക്കാൻ ഇപ്പോൾ ആളെ അയച്ചിട്ടേയുള്ളൂ. വിദ്യാധരൻ പറയുന്നത് ഇവർക്ക് സമയത്തിനെത്താൻ കഴിയില്ലെന്നാണ്. അല്ലേ?" മഹാരാജാവു തന്റെ മന്ത്രിയെ ശകാരഭാവത്തിൽ നോക്കി. അയാൾ തുടർന്നു സംസാരിക്കണമെന്ന സൂചനയോടെ. വിദ്യാധരൻ ആ ഭാവമാറ്റം കാണാതിരുന്നില്ല. എന്നിട്ടും അയാൾക്ക് ഒന്നും പറയാനില്ലെന്നു തോന്നി. തനിക്കു മുന്നിൽ രാജാവു മാത്രമേ ഉള്ളൂവെന്ന മട്ടിൽ അയാൾ പതുക്കെ പറഞ്ഞു. "അസംഭവ്യം."

"മഹാമന്ത്രിക്ക് അസംഭവ്യമെന്നു തോന്നുന്ന കാര്യമോ? ഭൂമിയിൽ അങ്ങനെയൊന്ന് ഉണ്ടാകുമെന്നേ കരുതിയില്ല. ആ വിശ്വാസത്തിലാണ് ഞാനെന്റെ സുഹൃത്തുക്കളെ അയച്ചത്. ഇനിയിപ്പോൾ ഈയുള്ളവൻ തല പുകയ്ക്കട്ടെ."

"എത്ര പുകച്ചിട്ടും കാര്യമുണ്ടെന്നു തോന്നുന്നില്ല. എന്നാലും ശ്രമിക്കാതിരിക്കേണ്ട." ഭൂപടം അഘോരനു നേർക്ക് നീക്കിവെച്ച് മന്ത്രി പുച്ഛിച്ചു. "നോക്കിക്കോളൂ."

അവളിപ്പോൾ ഇരിപ്പിടത്തിന്റെ വക്കിലാണ്. കണ്ണുകൾ ഭൂപടത്തിലും അഘോരന്റെ മുഖത്തുമായി മാറി മാറി സഞ്ചരിച്ചു. "ഓഹോ!" മുന്നോട്ടാഞ്ഞിരിക്കവെ അഘോരൻ ആശ്ചര്യപ്പെട്ടു. തന്റെ ഹൃദയത്തിന്മേൽ തന്റെ നിയന്ത്രണം വിടുന്നത് അവളറിഞ്ഞു. ഒരു പടക്കുതിരയെപ്പോലെ അതു പായുകയാണ്. ഹൃദയമിടിപ്പിനും ഇമവെട്ടലിനും ഇത്രയും ശബ്ദമുണ്ടായിരുന്നോ?

"അപ്രായോഗികം."

അവളുടെ ഹൃദയം നിലച്ചു. ആരോ കടിഞ്ഞാൺ വലിച്ചപോലെ. വിദ്യാധരൻ മുരടനക്കി. ഇടിവെട്ടുംവണ്ണം ശ്വാസം കിട്ടാതെ അവളുടെ നെഞ്ച് എരിയവെ അഘോരൻ വീണ്ടും പറയാനാരംഭിച്ചു. "പ്രായോഗിക മല്ലന്നേ പറഞ്ഞുള്ളൂ. "സംഭവ്യമല്ല എന്നല്ല." പടക്കുതിര വീണ്ടും ചീറിപ്പാഞ്ഞു. വാരിയെല്ലുകളിൽ കനത്ത സമ്മർദ്ദം. ഹൃദയം പുറത്തോ ട്ടാണോ കുതിക്കുന്നത്?

അഘോരൻ നെറ്റിയിലെ ഭസ്മം ചൂണ്ടുവിരലിലെടുത്തു. അയാളുടെ ചൂണ്ടുവിരൽ ചിത്രത്തിനു മുകളിൽ വിചിത്രമായി ചലിച്ചു. അയാളുടെ പിറുപിറുക്കലുകൾക്ക് താളമുണ്ടായിരുന്നു. ഭസ്മം വീണിടത്ത് കറുത്ത വര തെളിഞ്ഞുവന്നു. "ത്വിഷ നദി. വിദ്യാധരൻ മറന്നതാകും. ചേതന യുടെ കുത്തൊഴുക്ക് ഒഴിവാക്കാം. മൂന്നു നാഴികയുടെ ലാഭവും.

"ഹ!" മഹാരാജാവിനു കൈയടിക്കാതിരിക്കാനായില്ല. "പറഞ്ഞില്ലേ ഇയാളൊരു വഴി കാണുമെന്ന്. നൗക തയ്യാറാക്കാൻ പറയൂ." വിദ്യാധരൻ കണക്കുകൂട്ടി. "മൂന്നു നാഴിക. അതുകൊണ്ടെന്താവാൻ? നമ്മുടെ അതിർത്തി കടക്കാൻ തന്നെ പാതിനാൾ വേണമെന്നിരിക്കെ." അഘോരൻ മുഖഭാവം മാറ്റിയില്ല. "അതെനിക്ക് വിട്ടേക്കൂ. ഇതെന്റെ മണ്ണാണ്. ഈ കാറ്റും പുഴയും വെയിലും ഞാൻ പറഞ്ഞാൽ കേൾ ക്കുന്നവരാണ്. ഒറ്റനാഴിക കൊണ്ട് അതിർത്തിയിൽ ഞാനെത്തിക്കാം." അഘോരൻ കണ്ണിറുക്കി. "വെറുമൊരു ചെപ്പടി വിദ്യ."

ആ തമാശയിൽ അവൾക്കു രസിക്കാനായില്ല. അഘോരൻ കൂട്ടിച്ചേർ ത്ത വര അവൾ അപ്പോഴാണ് കാണുന്നത്. ആ കാഴ്ചയിൽ അവളുടെ രക്തം ഉറഞ്ഞു. ചാർമിയിൽനിന്നും ഒഴുകിയെത്തുന്ന ത്വിഷാ നദി ഭൗമി യിൽനിന്നും വഴിമാറി ഒഴുകുന്നത് പ്രതാപ് വാഡയിലേക്കാണ് (ചിത്രം 2).

രണ്ടു ദുഃസ്വപ്നങ്ങൾ. ഓരോ തവണയും ഉറക്കം വരുമെന്ന പ്രതീക്ഷയോടെ മടങ്ങി. എന്നിട്ടും ഫലമുണ്ടായില്ല. എവിടെയും ഇരിപ്പുറ യ്ക്കാത്തതുകൊണ്ട് അപ്പോഴേ തുടങ്ങിയ നടത്തമാണിത്. കാലുകൾ കുഴയുന്നു. ഉള്ളിലെ തീക്കനലുകൾ അണഞ്ഞു തുടങ്ങിയിരിക്കുന്നു. മറുപടി കിട്ടിയിരുന്നെങ്കിൽ ഒന്നുറങ്ങാമായിരുന്നു.

"പ്രഭോ, അദ്ദേഹം ആളെ അയക്കാമെന്നു പറഞ്ഞു."

"ഉം. പൊയ്ക്കോളൂ."

ഹാവൂ! ആ ഭാരമൊഴിഞ്ഞു. എത്ര വേഗമാണ് ചിലരെ പറ്റിക്കാനാവു ന്നത്? ചാരുചിത്രൻ ജീവിച്ചിരുന്നപ്പോൾ സൈന്യാധിപൻ അയാളുടെ വിശ്വസ്തനായിരുന്നു. പെട്ടെന്നൊരു കൂറുമാറ്റമുണ്ടായില്ല. അതുകൊണ്ട് സത്യം പറയാൻ വയ്യ. ഒന്നും പറഞ്ഞില്ലെങ്കിൽ കാര്യങ്ങൾ നടക്കുകയു മില്ല. ചുഴിഞ്ഞാലോചിച്ചിട്ടാണ് ഒരുപായം കണ്ടെത്തിയത്. എന്നാലും ഫലിക്കുമോ എന്നു പേടിയുണ്ടായിരുന്നു. അങ്ങനെ ഒന്നും സംഭവിച്ചില്ല. വെറുതെയല്ല സത്യസന്ധരായ മനുഷ്യരെ സ്വർണ്ണവുമായി താരതമ്യം ചെയ്യുന്നത്. രണ്ടും ഒരുപോലെയാണ്. വിലപിടിപ്പുള്ളതാണ്. പക്ഷേ, ദുർബ്ബലമാണ്. സ്വയം ഉപകരിക്കാത്ത മൂല്യം.

ചിത്രം 2

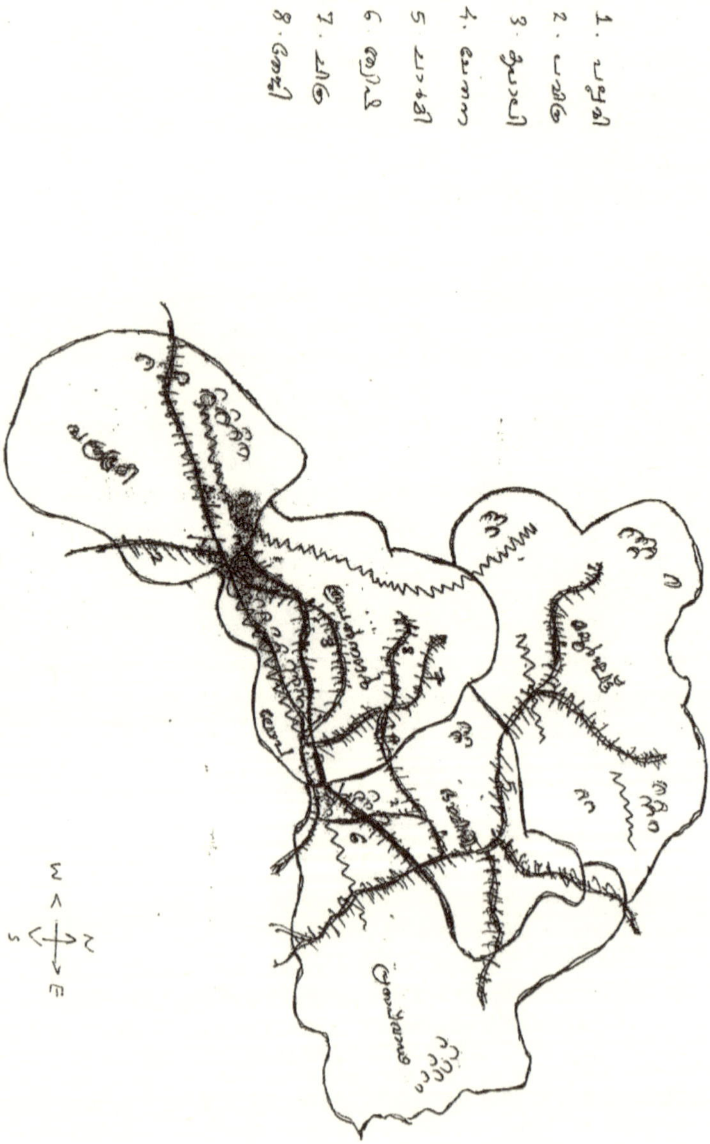

അയാൾ തല തടവി. നെറ്റി മുഴച്ചുവന്നിട്ടുണ്ട്. ഇന്നലെ കണക്കില്ലാതെയാണു കുടിച്ചത്. മസ്തിഷ്കത്തിനാകെ മന്ദത. ഉറക്കവും ശരിയായില്ല. എന്തായിരുന്നു ഇന്നലെ കണ്ട സ്വപ്നം? ആദ്യത്തേത് തീർത്തും മറന്നുപോയിരിക്കുന്നു. രണ്ടാമത്തേത്...... നന്നായി ശ്രമിച്ചപ്പോൾ അയാൾക്ക് ഓർത്തെടുക്കാനായി. വിശാലമായ നദി, അതു ശൂന്യമായിരുന്നു, നടുക്കൊരു ചെറുവഞ്ചി ഉണ്ടായിരുന്നതൊഴിച്ചാൽ. മഴയ്ക്കു മുമ്പെ അതിനെ കരയിലടുപ്പിക്കാൻ ശ്രമിക്കുകയായിരുന്നു. ഏതാണ്ട് കരയിലെത്തുകയും ചെയ്തു. പക്ഷേ, അപ്രതീക്ഷിതമായി പെയ്ത മഴ അയാളെ കരയിൽനിന്നും അകലെ, പാഞ്ഞുവന്ന കൂറ്റൻ നക്രകയ്ക്കടിയിലേക്ക് തള്ളിവിട്ടു. എത്ര തുഴഞ്ഞിട്ടും ദിശ മാറ്റാനായില്ല. ഒന്നു കരയാൻ പോലുമാവാതെ നദിക്കുള്ളിലേക്ക്.... ഞെട്ടിയുണർന്നപ്പോൾ ആകെ വിയർത്തു കുളിച്ചിരിക്കുന്നു. വീണ്ടും ഉറക്കത്തിലേക്ക് പോകാനുള്ള ധൈര്യം അവിടെ വെച്ചാണ് അയാൾക്കു കൈമോശം വന്നത്.

സ്വപ്നങ്ങൾ വെറുതെ വരില്ലെന്നു പറയാറുണ്ട്. തന്റെ സ്വപ്നത്തിനും എന്തൊക്കെയോ അർത്ഥമുണ്ട്. അതെന്തായാലും നല്ലതാകില്ലെന്ന ആശങ്ക ഉള്ളിലുടക്കി. അതയാളെ കൂടുതൽ വേഗത്തിൽ അങ്ങോട്ടുമിങ്ങോട്ടും നടത്തിച്ചു. പീഠത്തിനടിയിൽനിന്ന് ഒളിഞ്ഞു നോക്കുന്ന ചുരുൾ കണ്ടത് നടത്തത്തിനിടയിലാണ്. നിവർന്നപ്പോൾ തല പീഠത്തിന്റെ വശത്തായി സാമാന്യം നല്ല ശബ്ദത്തിലാണിടിച്ചത്. നശിച്ച മദ്യം! വേണ്ടായിരുന്നു. ദീപത്തിനരികിലേക്കു നീങ്ങിയപ്പോൾ ചവർപ്പോടെ ചിന്തിച്ചു. ആകെ രണ്ടു വരികൾ.

'അവൾ വരുന്നു.'

ഭൂമി താളമില്ലാതെ നൃത്തമാടുകയാണോ? അതോ തന്റെ ജീവിത താളം തെറ്റിയതോ? മങ്ങിയ കാഴ്ചയോടെയാണ് അടുത്ത വരി വായിച്ചത്.

'അതിഥികൾ സഭയിലെത്തരുത്.'

അതെ. ഇനി ആ വഴി മാത്രമേയുള്ളൂ. കുറച്ചുനേരം അയാൾ വിയർപ്പൊഴുക്കി. മദ്യം മയക്കിയ തലച്ചോറിന് പതിവിലേറെ സമയം വേണ്ടിവന്നു. സൂര്യന്റെ ആദ്യകിരണങ്ങൾ മുഖത്തടിച്ചപ്പോൾ അയാൾക്കു ബോധം വന്നു. അയാളുറക്കെ കൈകൊട്ടി. രണ്ടുതവണ കൊട്ടിയിട്ടും ആരും വന്നില്ല. ഉറങ്ങിക്കിടക്കുകയാകും എല്ലാവരും. അയാൾ അരിശം പൂണ്ടു. പുറത്തേക്കിറങ്ങുംമുമ്പെ ഒരുവൻ കണ്ണു തിരുമ്മി, പാതിയുറക്കത്തിൽ മുന്നിൽ വന്നുനിന്നു. അവന്റെ പേരെന്തായിരുന്നു? ഓർക്കേണ്ട കാര്യമില്ല. "ഇത് സൈന്യാധിപനു കൊടുക്കൂ. എത്രയുംവേഗം മറുപടി വേണമെന്നു പറയൂ." അവൻ വായ് പൊളിച്ചു. ഈ സമയത്തോ എന്നു ചോദിക്കാനാകും. അവന്റെ ഭാഗ്യം! അവനത് ചോദിക്കാൻ തോന്നിയില്ല. അവൻ തപ്പിത്തടഞ്ഞാണ് പോയത്. തിരികെ വരുന്നത് ഇപ്പോഴും.

ഇനി തനിക്കു സമാധാനമായുറങ്ങാം. അയാൾ ചുരുൾ ഭദ്രമായി ഒളിപ്പിച്ചുവെച്ചു. നല്ല ക്ഷീണം. തലയ്ക്കു പിന്നിലെ തണുപ്പ് വിട്ടിട്ടില്ല. ഇന്നാണ് പൗർണ്ണമി. നാളെ തനിക്കു സിംഹാസനം കിട്ടും. എത്ര

കാത്തിരുന്നതാണ്. നല്ല സ്വപ്നങ്ങൾക്കായി അയാൾ കണ്ണുകളടച്ചു. "പ്രഭോ." ആരാണത്? ഉറങ്ങാനും സമ്മതിക്കില്ല. നേരത്തെ കണ്ട അതേ ചെറുപ്പക്കാരനാണ്. അവന്റെ മുഖത്തിപ്പോൾ ഉറക്കച്ചടവില്ല. എല്ലാം ഇത്ര പെട്ടെന്നോ? "ഇപ്പോൾ വന്നതാണ്." അവന്റെ കൈയിലെ പുതിയ ചുരുൾ കണ്ടതും അയാൾക്ക് ഊർജ്ജമുണ്ടായി. ചാടിയെഴുന്നേറ്റ് അയാളതു കൈയിൽ വാങ്ങി. "അദ്ദേഹം പറഞ്ഞയച്ച ആൾ വന്നിട്ടുണ്ട്." അയാൾ തല കുലുക്കി. "വരാൻ പറയൂ." ചെറുപ്പക്കാരൻ മറഞ്ഞതും അയാൾ ആർത്തിയോടെ അതു നിവർത്തി.

* * * * * *

മനസ്സിനുള്ളിൽ അനുസ്യൂതമൊഴുകുന്ന മഹാനദിയാണ് ഓർമ്മ. നദിയുടെ അടിത്തട്ടിൽ വേരുറച്ച ചില സൗഹൃദങ്ങളുണ്ട്, ജലസസ്യങ്ങളെപ്പോലെ. അവയിലുടക്കാതെ നദി കടക്കാനാവില്ല. അയാളുടെ ജീവിതത്തിൽ അങ്ങനെ അവനല്ലാതെ മറ്റൊരു സുഹൃത്തില്ല. കൊട്ടാരത്തിൽനിന്നും അടർത്തി മാറ്റപ്പെട്ട് ഗുരുകുലത്തിൽ പിണങ്ങിയിരിക്കുമ്പോഴാണ് അവനെ ആദ്യമായി കാണുന്നത്– അയൽരാജ്യത്തെ രാജകുമാരൻ. സാമന്തരായല്ല, സഹോദരങ്ങളായാണ് വളർന്നത്. പരസ്പരം ഒന്നും ഒളിപ്പിക്കാത്ത ഉറ്റസുഹൃത്തുക്കൾ. അവധിക്ക് തനിക്കൊപ്പം കൊട്ടാരത്തിൽ തങ്ങാനായിരുന്നു അവനിഷ്ടം. അനിയത്തിക്കും അവൻ പ്രിയപ്പെട്ട തോഴനായി. കുട്ടിക്കാലം മധുരമാക്കിയത് അവർ രണ്ടു പേരുമാണ്. എല്ലാ ഉല്ലാസങ്ങൾക്കും അറുതിയുണ്ട്. അച്ഛനും അമ്മയെ പിന്തുടർന്നപ്പോൾ ചെറുപ്രായത്തിൽ രാജാവാകേണ്ടി വന്നു. പക്ഷേ, കൂട്ട് വിട്ടില്ല. അവർ എഴുതിക്കൊണ്ടേയിരുന്നു. അധികം വൈകാതെ അവനും രാജാവായി. ഇരുവർക്കും തിരക്കുകളും ഉത്തരവാദിത്തങ്ങളും കൂടി. അതിനൊന്നും അവരുടെ ബന്ധത്തിൽ പോറലേല്പിക്കാനായില്ല.

കുറേക്കാലത്തെ ഇടവേളയ്ക്കുശേഷം ഒരുനാൾ അവൻ കൊട്ടാരത്തിൽ വന്നു. നേരത്തെ അറിയിക്കാത്ത സന്ദർശനം. ആ രാത്രി ആഘോഷത്തിന്റേതായിരുന്നു. സംസാരവും ചതുരംഗവും നൃത്തവും സംഗീതവും..... ഉറക്കം വന്നു, പിരിയാൻ നേരം അവൻ പറഞ്ഞു. "ഞാൻ വന്നത് ഒരു ഔദ്യോഗിക പ്രഖ്യാപനത്തിനാണ്?"

"ഉം?"

"ഇന്നല്ല നാളെ സഭയിൽ വെച്ചാകാം."

"ആയിക്കോട്ടെ." എന്നു പ്രതിവചിച്ചു. എന്താണെന്നു ചോദിച്ചാലും അവൻ പറയില്ല. അതാണു രീതി. നാളെ എന്നു പറഞ്ഞാൽ നാളെയേ പറയൂ.

പാതിമയക്കത്തിൽ അറയിലേക്കു കാൽ വെച്ചപ്പോഴാണ് പ്രതിവിന്ധ്യൻ ഓടിക്കിതച്ചെത്തിയത്. കൂടുതലൊന്നും പറയാതെ തന്നെ അയാളുടെ അങ്കലാപ്പു മനസ്സിലായി. ചുമലിലൊരു ഗരുഡൻ സ്ഥാനം

പിടിച്ചിട്ടുണ്ട്. അതിനെ ഭയന്നുള്ള വെപ്രാളമാണ്. അച്ഛന് വജ്രഭൂമിയുമായി നല്ല നയതന്ത്രബന്ധമായിരുന്നു. അവിടത്തെ വിശിഷ്ട, വിചിത്ര ഗരുഡന്മാരെ അന്നുമുതൽക്ക് പരിചയമുണ്ട്. അതിന്റെ കാലിൽ നിന്നും ചുരുൾ അഴിച്ചെടുത്തു. വഴിക്കെവിടെയോ മഴയിൽ പെട്ടു പോയിരിക്കുന്നു. ചുരുൾ അഴിച്ചു മാറ്റിയപ്പോൾ പക്ഷി ആശ്വാസത്തിന്റേതായ ശബ്ദം പുറപ്പെടുവിച്ചു. പ്രതിവിന്ധ്യൻ ബോധമറ്റു വീണില്ലെന്നേയുള്ളൂ. ക്ഷീണം കാരണം അക്ഷമയോടെയാണു സന്ദേശം നിവർത്തിയത്. ഇരുട്ടു കൊണ്ടാണെന്നു കരുതി, അതുമല്ലെങ്കിൽ അക്ഷമയുടെ. പലയാവർത്തി വായിച്ചിട്ടാണ് ഉറപ്പു വരുത്തിയത്. ഉറക്കത്തെ കുടഞ്ഞെറിഞ്ഞ് അവൾക്കരികിലേക്ക് പിന്നെയൊരു കുതിപ്പായിരുന്നു.

അവൾ പതിവു വായനയിലായിരുന്നു. ആകാശം നോക്കി നക്ഷത്രങ്ങളെ താലോലിച്ച് അരണ്ട വെളിച്ചത്തിലിരുന്നു വായിക്കും. അരുതെന്ന് പറഞ്ഞാൽ അനുസരിക്കില്ല. അങ്ങനെയല്ലാതെ ഉറക്കം വരില്ലപോലും. കണ്ടപ്പോൾ പിണക്കം നടിച്ചു.

"സുഹൃത്തു വന്നപ്പോൾ, അനിയത്തിയെ കാണാൻ സമയമില്ല." അതിനു മറുപടി കൊടുക്കാനുള്ള നേരമല്ല. "ഐശ്വര്യോത്സവം എങ്ങനെ ഉണ്ടായിരുന്നു?" അതാകും നല്ല തുടക്കമെന്നു കരുതി.

"ഹൊ! ഇതിപ്പോൾ എത്രാം തവണയാണ് എന്നെക്കൊണ്ടു പറയിക്കുന്നത്? അടുത്ത പ്രവശ്യം ജ്യേഷ്ഠൻ നേരിൽ പോയി കാണൂ." അവളുടെ മുഖത്ത് ദേഷ്യം അരിച്ചരിച്ചു വരുന്നതു കാണാൻ ഭംഗിയാണ്. "വന്ന നാൾ മുതൽ പാവത്തെക്കൊണ്ട് കഥ പറയിക്കുന്നു. കണ്ട കാര്യങ്ങളെല്ലാം പറഞ്ഞു. ചിത്രഗുപ്തനെക്കുറിച്ച് ഒന്നും പറഞ്ഞു കേട്ടില്ല. അയാളുടെ പെരുമാറ്റമോ വർത്തമാനമോ ഒന്നും പറഞ്ഞില്ലല്ലോ. അവൾക്കപ്പോൾ ശരിക്കും ദേഷ്യം വന്നു. "അവരുടെ ആതിഥ്യമര്യാദ പുകഴ്ത്തി മടുത്തിരിക്കുകയാണ്. ഞാനെല്ലാം പറഞ്ഞതു തന്നെയാണ്. ഈ രാത്രിയിൽ ജ്യേഷ്ഠന് അയാളെപ്പറ്റി എന്തിനാണിത്ര കൗതുകം? ഏതായാലും നേരം പുലരുമ്പോൾ വജ്രഭൂമിയുടെ സേന ഇവിടെക്കാണില്ല. അവനൊരു സമാധാനപ്രിയനാണ്."

"സമാധാനപ്രിയൻ മാത്രമല്ല, സൗന്ദര്യപ്രിയൻ കൂടിയാണ്." സന്ദേശം അവളുടെ കൈയിൽ കൊടുത്തു. തീരുമാനം അവളുടേതാണ്. അല്ലെങ്കിലും ഇന്ദുവിനെന്നും നിമിഷാർദ്ധത്തിന്റെ ആവശ്യമേയുള്ളൂ. ജീവിതത്തിലെല്ലാ തീരുമാനങ്ങളും അവൾ പെട്ടെന്നെടുക്കും. അന്നും അതുപോലെ തന്നെയായിരുന്നു.

പിറ്റേന്നു സഭയിൽ കണ്ടത് കണക്കില്ലാത്ത ആഘോഷത്തിമർപ്പാണ്. ഉപഹാരങ്ങൾ സമേതം വജ്രഭൂമിയിലേക്ക് ദൂതനെ അയച്ചു മിഠായികൾ വിതരണം ചെയ്തു. വിശിഷ്ട പൂജകൾക്ക് ഒരുക്കങ്ങൾ തുടങ്ങി..... ഇറങ്ങാൻ നേരമാണ് ഓർമ്മ വന്നത്. അവനെന്തോ പറയാനുണ്ടായിരുന്നല്ലോ? ഓർമ്മിപ്പിച്ചില്ല. ചോദിച്ചു. മറുപടിയായി കൈയിലൊരു ചുരുൾ വെച്ചുതന്നു. ഭൗമിനിയുടെ രാജാവ് പ്രതാപ

വാഡയുടെ രാജകുമാരിക്ക് അയച്ച വിവാഹഭ്യർത്ഥന!

ഉറ്റചങ്ങാതിയില്ലാതെയാണ് അനിയത്തിയുടെ വിവാഹം നടന്നത്. താൻ കാണിച്ചതുമില്ല. ചോദ്യം ചോദിച്ചവർക്ക് മറുപടി കിട്ടിയില്ല. പരസ്പരം എഴുത്തു നിന്നു. ഒരു വർഷം കഴിഞ്ഞ്, അപ്രതീക്ഷിതമായി അവൻ വന്നു. വെളിച്ചമില്ലാത്ത പുഞ്ചിരിയുമായി. പതിവുപോലെ രാത്രിയുടെ ഏകാന്തതയിൽ സംസാരിക്കാതിരുന്നപ്പോൾ അവൻ കരഞ്ഞു. താനല്ലാതെ മറ്റു സുഹൃത്തുക്കൾ അവനുമില്ല. നിശ്ശബ്ദം കേട്ടിരുന്നു. ഇക്കാലമത്രയും അറിയാതെപോയല്ലോ എന്നു വേദനിച്ചു. പുലരിയുടെ ആദ്യ കിരണം മുഖത്തു പതിച്ചപ്പോൾ അവന്റെ പുഞ്ചിരി പഴയതുപോലെയായി. ഗ്രഹണം തങ്ങളെ കടന്നുപോയെന്നു തോന്നിച്ചു. പക്ഷേ, തീയണഞ്ഞാലും കനൽ കെടില്ലല്ലോ. ഇന്ദുവിന്റെ മരണവാർത്തവന്ന ശപിക്കപ്പെട്ട രാത്രിയിലും തങ്ങളൊരുമിച്ചായിരുന്നു. അവനെപ്പോലെ തന്നെ സമാധാനിപ്പിക്കാൻ മറ്റാർക്കു കഴിയുമായിരുന്നു? ഇന്നിപ്പോൾ രണ്ടു പതിറ്റാണ്ടുകൾ പിന്നിട്ടു. ഇപ്പോഴും സ്വന്തം വേദന ആ കണ്ണുകളിൽ പ്രതിഫലിക്കുന്നത് അയാൾ കണ്ടിട്ടുണ്ട്.

ആ അവനാണു ഇതയച്ചതെന്നു വിശ്വസിക്കാനേ കഴിയുന്നില്ല. മനുഷ്യർക്ക് ഇങ്ങനെയൊക്കെ ചിന്തിക്കാനാകുമോ? അവന്റെ നിറഞ്ഞ കണ്ണുകൾ കണ്ണാടി കണ്ടതിലേറെ താൻ കണ്ടിട്ടുണ്ട്. കാറ്റു കേട്ടറിഞ്ഞതിലും ആ വിതുമ്പലുകൾ തനിക്കു പരിചിതമാണ്. എന്നിട്ടിപ്പോൾ ! അയാൾ മന്ത്രിയെ നോക്കി. പതിവില്ലാത്ത നിശ്ശബ്ദത. എന്തിനും ഏതിനും പലവഴികൾ പറയുന്ന പ്രതിവിന്ധ്യനും പറയാനൊന്നുമില്ലേ?

“മന്ത്രി?”

“പ്രഭോ.”

കുറച്ചു നേരമായി സംഭാഷണം ഇവിടെയെത്തുമ്പോൾ അവസാനിക്കുന്നു. മടുത്തിട്ടാവണം അനിലൻ ഇടയ്ക്കു കയറിയത്.

“അവർക്ക് അനുവാദം കൊടുക്കുകയാണോ?

“അല്ല.” സഭ നടുങ്ങി. ഒന്നും കാണാതെയല്ല മേഘനാദനെന്ന പേരിട്ടത്. സ്വയം നിയന്ത്രിക്കാൻ അയാൾ കിണഞ്ഞു ശ്രമിച്ചു. സാധിക്കുമെന്നു തോന്നുന്നില്ല. അത്രയ്ക്കു വെറുപ്പാണയാൾക്ക്. ഓർമ്മിക്കാനിഷ്ടപ്പെടാത്ത ചിത്രങ്ങളെല്ലാം മുന്നിൽ തെളിഞ്ഞപ്പോൾ അയാളുടെ ഞരമ്പുകൾ പിടഞ്ഞു. കിരീടത്തിന് കനം വെച്ചപ്പോൾ അതൂരി തളികയിലേക്കു വെച്ചു. സഭ പിരിഞ്ഞിട്ടില്ല. പക്ഷേ ഉത്തരീയമിനി വേണ്ട. വല്ലാതെ വിയർക്കുന്നു. എല്ലാ കണ്ണുകളും തന്റെ മേലാണ്.

സന്ദേശവുമായി വന്ന കഴുകൻ കൂസലില്ലാതെ സഭയുടെ മദ്ധ്യത്തിലിരിപ്പുണ്ടായിരുന്നു. നരച്ച തൂവലുകൾ. കൊക്കിലാകെ കറ. വളഞ്ഞ നഖങ്ങളിൽ ചെളി വരണ്ടുണങ്ങിപ്പിടിച്ചിരിക്കുന്നു. ഇത്രയും വൃത്തികെട്ട ഒരു പക്ഷിയെ ആദ്യമായി കാണുകയാണ്. രൂക്ഷമായ ഗന്ധം പുറപ്പെടുവിച്ച് അതിടയ്ക്കിടെ ചിറകുകൾ കുടഞ്ഞു. എന്നിട്ട്, തല ചെരിച്ച് തന്നെ നോക്കിക്കൊണ്ടിരുന്നു. മറുപടി വേഗമാകട്ടെ എന്ന ഓർമ്മപ്പെടുത്തൽ

പോലെ. അത് അലോരന്റെ വളർത്തു പക്ഷിയാണെന്ന് മേഘനാദനു മനസ്സിലായി. മഷിയുണങ്ങുന്നതിനുമുമ്പ് ഇവിടെ സന്ദേശമെത്തണമെങ്കിൽ ഒരു സാധാരണ പക്ഷിക്കു കഴിയില്ല. അതിനെ തിരിച്ചയക്കുക തന്നെ. അയാൾ ഒരിക്കൽക്കൂടി സന്ദേശത്തിലേക്കു മടങ്ങി.

പ്രിയ സുഹൃത്തേ,

എനിക്ക് ഈ നിമിഷം താങ്കളെ കാണണമെന്നുണ്ട്. എത്രയോ കാലങ്ങൾക്കു ശേഷമാണ് എന്റെ ജീവിതത്തിൽ ഇങ്ങനെയൊരു സുദിനം ഉണ്ടാകുന്നത്. ആ സന്തോഷം എഴുത്തിലൂടെ അറിയിക്കാൻ പറ്റുന്നതല്ല. ജീവിതത്തിൽ നഷ്ടമായത് ഏതെങ്കിലും വഴിയിലൂടെ ഒരിക്കൽ തിരിച്ചു വരുമെന്ന് ഞാൻ കേട്ടിട്ടുള്ളതാണ്. ഇന്നു ഞാനതിൽ വിശ്വസിച്ചുപോയി. പതിറ്റാണ്ടുകൾക്കുമുമ്പ് എന്റെ കണ്ണിൽനിന്നു മറഞ്ഞത് ഞാനിന്നു കണ്ടു. അപ്രതീക്ഷിതമായിവന്ന അതിഥികൾക്കൊപ്പം അവളുണ്ടായിരുന്നു- ചിത്രാംഗദ! ഒറ്റ നോട്ടത്തിൽ നമ്മുടെ ഇന്ദു തന്നെ എന്നു കരുതിപ്പോയി. തന്റെ പകർപ്പ് ഭൂമിയിൽ അവശേഷിപ്പിച്ചാണ് അവൾ കടന്നു പോയിരിക്കുന്നത്. അതേ മുഖവും രൂപവും ശബ്ദവും. തന്റെ അച്ഛന്റെ സ്ഥാനത്തുനിന്നു സഹായിക്കണമെന്നു പറഞ്ഞപ്പോൾ എനിക്കുണ്ടായ അനുഭവം ഒരിക്കലും ആരോടും എനിക്ക് അവതരിപ്പിക്കാൻ കഴിയില്ല. ഞാനവൾക്കു വാക്കും നല്കി- എന്നും എല്ലായ്പ്പോഴും അവൾക്ക് താങ്ങായി ഞാനുണ്ടാകുമെന്ന്.

ലക്ഷ്യംനേടി വിജയിയായിട്ടാണ് അവൾ മടങ്ങുന്നത്. ജലമാർഗ്ഗേയാണ് യാത്ര. ഇന്നു രാത്രി അവർ ത്വിഷയിലൂടെ കടന്നുപോകും. നീറുന്ന ഓർമ്മകൾക്ക് അവധി കൊടുത്ത് അവളെ ചെന്നു കാണൂ. മനസ്സിന് തെളിമ വീഴട്ടെ. വർഷങ്ങളായി വേദനിപ്പിക്കുന്ന വിരഹത്തിന് അറുതി വരട്ടെ. പുറപ്പെടാനായി അവൾ നിങ്ങളുടെ മറുപടി കാത്തുനില്ക്കുന്നു.

എന്റെ സുഹൃത്തുക്കൾക്ക് യാതൊരു തടസ്സവുമുണ്ടാകില്ലെന്ന വിശ്വാസത്തോടെ,

കീർത്തിമാൻ.

"പ്രതിവിന്ധ്യാ"

"പ്രഭോ"

"എഴുതു"

"ഉത്തരവ്"

"പ്രിയസുഹൃത്തേ,

താങ്കളുടെ സന്തോഷത്തിൽ പങ്കുചേരാൻ കഴിയാത്തതിൽ ഖേദമുണ്ട്. നഷ്ടമായതൊന്നും ഒരിക്കലും തിരിച്ചു കിട്ടില്ലെന്നാണ് എന്റെ ജീവിതം എന്നെ പഠിപ്പിച്ചിട്ടുള്ളത്. ലോകത്തെ ഒരു കാഴ്ചയ്ക്കും എന്റെ വേദന മറയ്ക്കാനാകില്ല. ഈ മനസ്സിന് ഒരിക്കലും തെളിമ വരാനും പോകുന്നില്ല. സുഹൃത്തുക്കളോട് വഴി മാറിപ്പോകാൻ പറയൂ. പ്രതാപ് വാഡയുടെ എല്ലാ വഴികളും അവൾക്കു മുന്നിൽ എന്നെന്നും അടഞ്ഞു തന്നെ കിടക്കും."

"അനിലാ, സൈന്യത്തോട് കരയിലും നദിയിലും തയ്യാറായി നില്ക്കാൻ പറയണം. അവർക്ക് ഒരുവിധത്തിലും കടന്നുപോകാൻ കഴിയരുത്."

"ബന്ധികളാക്കി കൊണ്ടുവരണോ പ്രഭോ?"

"എന്തിന്? ഇങ്ങോട്ടു കൊണ്ടുവരണ്ട. മടങ്ങിപ്പോകാൻ പറയണം. മേലാൽ പ്രതാപ് വാഢയുടെ ദിശയിൽ വന്നുപോകരുതെന്നും."

"ഉത്തരവ്." അയാൾ പോയി.

മുദ്ര പതിച്ച സന്ദേശം വായിച്ചുനോക്കി. "ഇപ്പോൾത്തന്നെ അയക്കൂ."

ഭടന്മാർ കഴുകന്റെയടുത്തേക്കു പോകാൻ ഭയന്നു. പക്ഷേ, അത് നിസ്സംഗതയോടെ നിന്നതേയുള്ളൂ. സന്ദേശം കാലിൽ കെട്ടിയതും അതു ചിറകടിച്ചു. സഭയ്ക്കു മുകളിൽ വട്ടമിട്ട് കളിച്ച്, തുറസ്സായ മാനത്തേക്കു പറന്നു. സഭ നിശ്ശബ്ദം കാത്തിരുന്നു. മറുപടി ഉടനുണ്ടാകും. അഘോരന്റെ മായാജാലകത്തിനു ദൂരം തടസ്സമല്ലല്ലോ. മേഘനാദന് ഇനിയും സുഹൃത്തിന്റെ മനസ്സ് ഉൾക്കൊള്ളാനായില്ല. അവനും തന്നെപ്പോലെ വെറുപ്പല്ലേ തോന്നേണ്ടത്? നഷ്ടം രണ്ടു പേർക്കുമുണ്ടാകില്ലേ? ചിത്ര ഇന്ദുവിനെപ്പോലെയായിരിക്കാം. പക്ഷേ, ഒരിക്കലും ഇന്ദുവല്ല. ഈ കൊട്ടാരത്തിൽ എല്ലായിടത്തും അയാൾക്കവളെ കാണാം. അവളുടെ ചിരി കേൾക്കാം. മറ്റൊരാൾക്കും കിട്ടിക്കാണില്ല, ഇത്രയും സ്നേഹമയിയായ ഒരനിയത്തിയെ. ചിലപ്പോഴൊക്കെ അമ്മയെപ്പോലെ ശകാരിക്കും. സുഹൃത്തിനെപ്പോലെ പിന്താങ്ങും, മറ്റു ചിലപ്പോൾ പിണങ്ങി മിണ്ടാതിരുന്നുകളയും. എത്രയെത്ര ഭാവങ്ങൾ, നാട്യങ്ങൾ! അവൾ കടന്നുപോയെന്നു വിശ്വസിക്കാനെ കഴിയുന്നില്ല. പരിഭവിച്ച്, മറഞ്ഞിരിക്കുന്നുവെന്നു കരുതാനാണിഷ്ടം. തന്റെ വെറുപ്പും ദേഷ്യവും ബാലിശമാണെന്ന് അയാൾക്കുതന്നെ അറിയാം. നിർഭാഗ്യംകൊണ്ടു തന്നെയാണ് അവൾ മരിച്ചത്. ചാരുചിത്രനെന്നും അവളെ സ്നേഹിച്ചിട്ടേയുള്ളൂ. എന്നിട്ടും കുറച്ചു നാളുകൾക്കുമുമ്പ് അവൾ മരിച്ചെന്നു കേട്ടപ്പോൾ താൻ ഗാഢമായി സന്തോഷിച്ചില്ലേ? ചിത്രാംഗദയെ വെറുക്കുന്നു എന്നു ഓരോ തവണ പറയുമ്പോഴും തനിക്ക് സംതൃപ്തി തോന്നുന്നില്ലേ? വർഷം തോറും അയച്ചുതരുന്ന ഐശ്വര്യോത്സവത്തിന്റെ ക്ഷണപ്പത്രം കനലുകൾക്ക് തിന്നാനിട്ടുകൊടുക്കുന്നതിൽ എന്ത് ആനന്ദമാണുള്ളത്? ഇതിനൊന്നും ഉത്തരമില്ല. ചില ഉത്തരങ്ങളും വിശദീകരണങ്ങളും അങ്ങനെയാണ്. പുറത്തുവന്നാൽ വിഷം തീണ്ടും. താനൊരു വിഡ്ഢിയും ഭ്രാന്തനുമാണെന്ന് സഭയിലിരിക്കുന്നവർ ഓരോരുത്തരും കരുതുന്നുണ്ടാകണം. കാരണമില്ലാത്ത വെറുപ്പും വിദ്വേഷവും കണ്ട് അവൾക്ക് തന്നോടു പുച്ഛവും അവജ്ഞയുമായിരിക്കും. അവനുപോലും തോന്നുന്നു, താനല്ല ശരിയെന്ന്. അതിലൊന്നും അയാൾക്ക് പരാതിയോ വിയോജിപ്പോ ഇല്ല. ഒരു മറപോലെ തന്റെ വെറുപ്പിനെ അയാൾ കൂട്ടിപ്പിടിച്ചു.

"പ്രഭോ." പ്രതിവിന്ധ്യൻ പുറത്തേക്കു ചൂണ്ടി. "മറുപടി വരുന്നുണ്ട്."

അയാൾ തയ്യാറെടുത്തു. തണുത്ത ശ്വാസത്തിനേ ഉള്ളം തണുപ്പിക്കാനാകൂ. അപരിചിതത്വമകന്ന കഴുകൻ നേരെ പറന്നുവന്നിരുന്നത് അയാളുടെ മടിയിലാണ്. മറ്റൊരവസരത്തിലാണെങ്കിൽ അയാളതിനെ ആട്ടിയകറ്റിയേനെ. ഇത്രയും പഴകിപ്പിന്നിയ ചുരുളോ! തണുത്ത ശ്വാസം പുറത്തോട്ടു പോയില്ല. അതു കണ്ണിലൂടെ പെയ്തിറങ്ങി. പരിചയമുള്ള ഒരു ശബ്ദം സ്വർഗ്ഗവാതിലുകളിൽ തട്ടി പ്രതിദ്ധ്വനിച്ചു.

ഏറ്റവും പ്രിയപ്പെട്ട ജ്യേഷ്ഠന്,

കാണാൻ കൊതിയാവുന്നു. എത്രനാളായി ഇങ്ങോട്ടൊന്നു വന്നിട്ട്? കഴിഞ്ഞ തവണ വന്നിട്ട് ഒരു വാരം തികച്ചും തങ്ങിയില്ല. അതിന്റെ പരിഭവം വരുമ്പോൾ പറയാം. അവിടെയെല്ലാവർക്കും സുഖം തന്നെയാണല്ലോ? എല്ലാവരോടും എന്റെ സ്നേഹാന്വേഷണങ്ങൾ പറയുക. ഭൗമിനിയിലെ ചങ്ങാതിക്കും സൗഖ്യം തന്നെയല്ലേ? അങ്ങോട്ടും എഴുതണം എന്നു വിചാരിക്കും. എന്റെ വിവാഹത്തിനു വരാതിരുന്നതല്ലേ. അതിന്റെ വിചാരണ നേരിൽ കാണുമ്പോഴാകാം. അതുവരെ ഞാൻ പിണക്കമാണെന്നു തന്നെ വിചാരിക്കട്ടെ. ഇവിടെയിപ്പോൾ ഐശ്വര്യോത്സവത്തിന്റെ തിരക്കിലാണ്. ഇനി അധികം നാളുകളില്ല. എല്ലായിടത്തേക്കും ക്ഷണം പോയിട്ടുണ്ട്. അവിടേക്കും വന്നുകൊള്ളും. എനിക്കൊരു ജ്യേഷ്ഠത്തിയെ കിട്ടാൻ എല്ലാ സാദ്ധ്യതകളുമുണ്ടെന്നു ചാരുചിത്രൻ പറയുന്നു. ആൾക്കൂട്ടത്തിൽ പ്രതാപ് വാഡയുടെ മഹാറാണിയെ കണ്ടെത്തുന്നത് ചെറിയ ഉത്തരവാദിത്വമൊന്നുമല്ല.

രണ്ടുനാൾ മുമ്പ് ബലൻ ജ്യേഷ്ഠനും ചാരുചിത്രനും വനത്തിലേക്കു യാത്ര പോയിരുന്നു. എനിക്കും കൂടെപോകണമെന്നുണ്ടായിരുന്നു. ഞാൻ പേടിച്ചു പോകുമെന്ന്!! എത്രയോ തവണ നമ്മൾ പോയിരിക്കുന്നു! അതൊക്കെ പറഞ്ഞ് ഒരുപാട് നിർബ്ബന്ധിച്ചു. ഒരുവിധം സമ്മതിപ്പിക്കുകയും ചെയ്തു. പക്ഷേ, അമ്മ മഹാറാണി കർശനമായി വിലക്കി. ഈയവസ്ഥയിൽ കൊട്ടാരത്തിനു പുറത്തേക്കേ പോകേണ്ടെന്നാണു കല്പന. ധാരാളം സമ്മാനങ്ങളുമായാണ് പോയവർ മടങ്ങിയെത്തിയത്. ഓരോ പുൽനാമ്പിന്റെയും കഥകൾ ചാരുചിത്രൻ പറഞ്ഞുതന്നു. കാട്ടാറും താഴ്വരകളും പച്ചപ്പും പൂക്കളും.....അത്തരം സ്ഥലങ്ങൾ ജ്യേഷ്ഠനു വലിയ ഇഷ്ടമാണെന്ന് ഞാൻ പറഞ്ഞിട്ടുണ്ട്. അടുത്ത വരവിൽ തീർച്ചയായും കൊണ്ടുപോകാമെന്ന്. ബലൻ ജ്യേഷ്ഠൻ ഒരു മാന്തോപ്പു മുഴുവൻ കാലിയാക്കി കൊണ്ടുവന്നു. കുറച്ചു മാറ്റിവെച്ചിട്ടുണ്ട്. വൈകിയാൽ ഞാൻ തന്നെ കഴിച്ചു തീർക്കും.

കുറച്ചായി ഞാനിപ്പോൾ അമ്മയെ സ്വപ്നം കാണുന്നു. ഇന്നലെ അച്ഛനെയും കണ്ടു. അവർ ആകാശത്തിൽ നിന്നിറങ്ങി എന്റെയടുത്തു വന്നു. കണ്ടയുടൻ നെറ്റിയിൽ തടവി കൈ പിടിക്കുന്നു. മരിച്ചുപോയവർ എന്തിനായിരിക്കും സ്വപ്നത്തിൽ വരുന്നത്! ചാരുചിത്രൻ പറയുന്നത് കുഞ്ഞിനെ അനുഗ്രഹിക്കാനാകും എന്നാണ്. എന്തോ എനിക്കങ്ങനെ തോന്നുന്നില്ല. അകാരണമായ ഭയം. ഉള്ളിലൊരു കുഞ്ഞുഹൃദയം പേടിച്ചു

മിടിക്കുന്നത് എനിക്കു കേൾക്കാം. ഓരോ രാത്രിയിലും ഞെട്ടിയുണരുമ്പോൾ ഞാനെന്റെ കുഞ്ഞിനെ സമാധാനിപ്പിക്കുന്നത് അമ്മാവൻ വരുമ്പോൾ എല്ലാം ശരിയാകുമെന്നാണ്. എന്നെ ഇക്കാലമത്രയും സ്നേഹിച്ചു സംരക്ഷിച്ചതുപോലെ കുഞ്ഞിനെയും നോക്കുമെന്ന്. അതെന്റെ വിശ്വാസമാണ്. ഞാനുറങ്ങാൻ പോവുന്നു. ഇന്ന് അവർ വരാതിരിക്കട്ടെ. ജ്യേഷ്ഠൻ എത്രയുംവേഗം വരണം. ജ്യേഷ്ഠൻ അടുത്തുണ്ടെങ്കിൽ എനിക്കൊന്നിനെയും ഭയമില്ല. എനിക്കും കുഞ്ഞിനും ധൈര്യമായി, എത്രയും പെട്ടെന്നു വരൂ.

ഇന്ദു."

നിശ്ശബ്ദത!

"സൈന്യം സജ്ജമാണു പ്രഭോ. പ്രതാപ് വാഢയിലൂടെ അവർക്ക് കടന്നുപോകാൻ കഴിയില്ല." മൗനത്തെ കൊന്ന്, അനിലൻ കിതച്ചു.

"അവർ കടന്നു പൊയ്ക്കോട്ടെ. സൈന്യത്തോട് വജ്രഭൂമി വരെ അകമ്പടി പോകാൻ പറയൂ. അഭിഷേകം കഴിയുംവരെ അവരവിടെ തുടരണം."

"ഉത്തരവ്." കുറച്ചു വൈകിയെങ്കിലും അനിലൻ പറഞ്ഞൊപ്പിച്ചു.

* * * * * *

നദിയിലാകെ വെള്ളിചിന്തിയ വെണ്ണിലാവ് കറുത്തമാനത്ത് വെണ്ണക്കല്ലുപോലെ തിളങ്ങി. സർവ്വ പ്രഭയോടെയാണ് ചന്ദ്രരാജൻ ആകാശത്ത് വിരാജിക്കുന്നത്. അതിമനോഹരമായ പൗർണ്ണമി! ഭാഗ്യത്തിന് എവിടെയും ചുവടു തെറ്റിയില്ല. അപ്രാപ്യമെന്നു കരുതിയതൊക്കെ നേടിക്കഴിഞ്ഞു. ജയിച്ചത് സ്യമന്തകം മാത്രമല്ല, അമ്മാവന്റെ സ്നേഹം കൂടിയാണ്. നൗകയ്ക്കിരുവശവും പ്രതാപ് വാഢയുടെ സൈന്യമുണ്ട്. വെറുപ്പിന്റെ മഞ്ഞുരുകിയുള്ള തുടക്കം. നാളത്തെ പൊതുസഭയിൽ കൃത്യസമയത്ത് തങ്ങളെത്തും. പ്രയത്നിച്ചും പ്രാർത്ഥിച്ചും നേടിയതാണ്. പക്ഷേ, സന്തോഷിക്കാനാകുന്നില്ല. എത്രയൊക്കെ ശ്രമിച്ചിട്ടും മനസ്സിന് അസ്വസ്ഥത മാറുന്നില്ല.

"അനിരുദ്ധൻ മരിച്ചു."

അഘോരൻ പറഞ്ഞപ്പോൾ പെട്ടെന്നു ഞെട്ടിപ്പോയി. ഇത്ര പെട്ടെന്നോ? ഓർമ്മ വന്നത് കുമുദിനിയുടെ നിഴൽ വീണ മുഖമാണ്.

"ഇത് നാഗന്മാരുടെ ഒറ്റമൂലിയാണ്. മരണത്തിനു തൊട്ടുമുന്നിൽ വരെ ഇതിനു ചെന്നെത്താം. അനിരുദ്ധന് കൊടുത്തേക്കൂ."

കുമുദിനി കൈ നീട്ടിയില്ല. അവരുടെ സൗമ്യമായ മുഖം നിഴൽ മറച്ചതപ്പോഴാണ്. "വെച്ചോളൂ. അങ്ങനെയൊരു തിരിച്ചുവരവിന് അവന് അർഹതയില്ല. ഞാനത് ആഗ്രഹിക്കുന്നുമില്ല."

ദത്തൻ പിന്നെ ഇതുവരെ മിണ്ടിയില്ല. കുമുദിനി പറഞ്ഞ കഥകളേ അവൾക്കറിയൂ. വാസ്തവമറിയില്ല. കേട്ടതൊക്കെയും മറക്കാനാവാത്ത കഥകളാണ്. കുട്ടിക്കാലം മുതൽ അനിരുദ്ധൻ ദത്തനെ അവഹേളിക്കുന്നു,

ഭൃത്യനെപ്പോലെയാണു കണ്ടത്. രോഗം ഗ്രഹിച്ച നാളുകളിൽ പാറാവുകാരനാക്കി. രണ്ടു വട്ടം വധിക്കാൻ ശ്രമിച്ചു. ഒരിക്കൽ നായാട്ടിനിടെ. മറ്റൊരിക്കൽ കളരിയിൽ വെച്ചും. ദൂതനായി വിട്ടത് തനിക്കു നേരിട്ടറിയാവുന്നതാണ്. അനിരുദ്ധൻ വെറും വിഡ്ഢിയായിരുന്നു. അവൾക്കു സഹതാപം തോന്നി. മരിച്ചതുകൊണ്ടല്ല, അർഹിക്കാതെ കിട്ടിയ വൈഡൂര്യത്തെ അറിയാതെ പോയതുകൊണ്ട്. ഇത്രയും നിസ്വാർത്ഥമായി തന്നെ സ്നേഹിക്കുന്നൊരു സഹോദരനുണ്ടായിരുന്നെങ്കിൽ..... അല്ലെങ്കിലും മൂല്യമറിയുന്നവനു നിധി കിട്ടില്ല.

അവൾ അവനരികിലേക്കു നടന്നു. കറുത്ത മരച്ചില്ലകൾ നൗകയിലുരസി പിറകോട്ടു പൊയ്ക്കൊണ്ടിരുന്നു. ഇലകൾ ജീവനറ്റു വീണു. രാത്രിയുടെ കൊമ്പിലൊരു മൂങ്ങ തനിച്ചിരിക്കുന്നതു കണ്ടു. അടുത്ത പ്രഭാതംവരെ വിരസതയായിരിക്കും അതിനു കൂട്ടിരിക്കുക. കഷ്ടം! അവളൊരു ദീർഘനിശ്വാസം അതിനായി സമർപ്പിച്ചു. അവനു തൊട്ടടുത്ത് ഒന്നും പറയാനില്ലാതെ അവൾ പരുങ്ങിനിന്നു. വേണമെങ്കിൽ രാത്രിയെക്കുറിച്ചോ ആകാശത്തെപ്പറ്റിയോ പറയാം. നൗകയ്ക്കു മുകളിലെ ധ്വജത്തെപ്പറ്റിത്തന്നെ ഒരുപാട് പറയാനുണ്ട്. ചുവന്ന പട്ടിലെ തിളങ്ങുന്ന സൂര്യനെപ്പറ്റിയും അതുണർത്തുന്ന പ്രതീക്ഷകളെപ്പറ്റിയും പറയാം. അരികുകളിലെ ചിത്രപ്പണിയെക്കുറിച്ചു പറയാം. ഭൗമിനിയുടെ തുഴയൽ വിദഗ്ദ്ധരെ പുകഴ്ത്താം. പക്ഷേ, അതൊന്നും പറയാനുള്ള സമയമല്ലിത്. ആശ്വാസ വാക്കുകൾക്ക് ക്ഷാമമാണ്. അവനെ തനിച്ചു വിടുന്നതാകും നല്ലത്. ഒരു മരുന്നും ഏകാന്തതയുടെ ഗുണം ചെയ്യില്ല. മുറിയടച്ചിരുന്ന പത്തുനാളുകൾ ഓർത്തുപോയി. പോകാം.

"ഒന്നും പറയാനില്ലേ?" അയാൾ അറിയുന്നുണ്ടായിരുന്നോ? അവൾ തിരിഞ്ഞു. സാമീപ്യമാകും സമാധാനമാകുന്നത്.

"അമ്മാവനെ കാണാൻ പറ്റിയില്ല, അല്ലേ?" ഒരു സംഭാഷണം തുടങ്ങാനുള്ള ശ്രമമാണ്.

"ഉം.... കാണണമെന്നുണ്ടായിരുന്നു. നടക്കാത്തതിൽ വലിയ വിഷമമൊന്നുമില്ല. തടയുകയും വിലക്കുകയും ചെയ്യാതെ സൈന്യത്തെ കൂടെ അയച്ചില്ലേ? പതിറ്റാണ്ടുകളുടെ വെറുപ്പ് ഒറ്റനാളിൽ ഇങ്ങനെ മാറുമെന്നു കരുതിയില്ല. ഇതിൽ കൂടുതൽ പ്രതീക്ഷിക്കുന്നത് അത്യാഗ്രഹമാകും. മനസ്സിന്റെ ചുരുളുകളഴിയാൻ സമയമെടുക്കും. സഭ തീർന്ന ഉടൻ അമ്മാവനെ വജ്രഭൂമിയിലേക്ക് അതിഥിയായി ക്ഷണിക്കണം. നേരിൽ കണ്ടാൽ തീരാവുന്നതേ ഉള്ളൂ എല്ലാം."

"ചിത്രാ." അവന്റെ സ്വരത്തിൽ താക്കീതു വന്നു. "നിന്റെ കൊട്ടാരത്തിൽ ശത്രുക്കൾ ശക്തരാണ്. അവർ എളുപ്പം തോല്‌വി സമ്മതിക്കും എന്നു കരുതരുത്. നാളത്തെ ദിവസം അത്രയ്ക്കു നിർണ്ണായകമാണ്. നീ സഭയിൽ എത്താതിരിക്കാൻ അവർ പരമാവധി ശ്രമിക്കും. ഇപ്പോൾത്തന്നെ നദീതീരത്തു വല വിരിച്ചുകാണും. അതിലേക്കു ചെന്നു കയററുത്. സഭ തുടങ്ങിയാൽ പേടിക്കണ്ട. അവരുടെ ശ്രദ്ധ അങ്ങോട്ടു

തിരിയും. ആ തക്കത്തിന് സുരക്ഷിതരായി കയറിച്ചെല്ലാം."

"അതുതന്നെയാണ് പദ്ധതി. നേരിട്ടു കൊട്ടാരത്തിലേക്ക് ചെല്ലുന്നില്ല. അച്ഛമ്മയും പ്രസേനനും കാത്തിരിക്കുന്നുണ്ടാകും. കണ്ടില്ലെങ്കിൽ അവർ പരിഭ്രമിക്കും. സന്ദേശം അയയ്ക്കുന്നത് അപകടമാണ്. അവരുടെ അടുത്തേക്ക് ചാരന്മാരെ അയക്കണം. കൊട്ടാരത്തിലെ സ്ഥിതിഗതികളും അറിയാൻ പറ്റും." സംഭാഷണം സാധാരണ ഗതിയിൽ മുന്നോട്ടു പോകുന്നതിൽ അവൾക്കു സന്തോഷം തോന്നി. അവന്റെ ചിന്തകൾ പല വഴികളിലാവട്ടെ. മനസ്സു ദുഃഖത്തിലേക്കു മടങ്ങാതിരിക്കട്ടെ. അതിനു സംസാരം മുറിയാതിരിക്കണം.

"ആരെയാണു കൊട്ടാരത്തിലേക്ക് അയക്കുന്നത്?"

"തീരുമാനിച്ചിട്ടില്ല. പ്രതാപ് വാഢയുടെ സൈനികരിൽ ഒരാളെ." അവൻ കാര്യമായി ആലോചിക്കുകയാണ്. അതാണ് തനിക്കും വേണ്ടിയിരുന്നത്. "രൂപൽനഗറിന്റെ തീരമെത്തുമ്പോഴേക്കും തീരുമാനമാകും."

"ഞാൻ പോകാം. ആലോചിച്ചു നോക്കൂ. ഈ ദൗത്യത്തിന് അനുയോജ്യൻ ഞാൻ തന്നെ. എനിക്ക് നിങ്ങളുടെ ശത്രുക്കളെയും മിത്രങ്ങളെയും വേർതിരിച്ചറിയാം. കൊട്ടാരവും പരിചയമുണ്ട്. എന്നെയാരും സംശയിക്കുകയില്ല. ഇനിയൊരാളെ തെരഞ്ഞെടുത്ത്, സജ്ജനാക്കി പരീക്ഷിക്കാൻ നമുക്കു സമയമില്ല. ഞാൻ പോയി മഹാറാണിയെയും പ്രസേനനെയും കണ്ടു മടങ്ങിവരാം."

ആ പദ്ധതി അവൾക്കു സ്വീകാര്യമായില്ല. "വേണ്ട, അപകടമാണ്. രൂപൽ നഗറിന്റെ ഭാവിരാജാവിനെ അറിഞ്ഞുകൊണ്ട് അപകടത്തിലേക്ക് തള്ളിവിടാൻ വയ്യ."

"ഞാൻ ഭാവിരാജാവല്ല."

"ഉം?"

"മഹാരാജാവ് അജയഘോഷന്റെ മകന് അതിനുള്ള അർഹതയില്ല." അവൻ ഹൃദയമില്ലാത്തൊരു ചിരി ആകാശങ്ങൾക്കു നല്കി. അവളുടെ മനസ്സിൽ മുഴങ്ങുന്ന ചോദ്യങ്ങൾ അവനു കേൾക്കാം. മറുപടിക്കുള്ള വാക്കുകൾ അടുക്കാൻ ശ്രമിച്ചു. പക്ഷേ, മുന്നോട്ടാഞ്ഞ് സംസാരിക്കാൻ തുടങ്ങവേ, കണക്കു കൂട്ടലുകൾ തെറ്റി. പുറത്തു വരാൻ വെമ്പൽ പൂണ്ട ഓർമ്മകൾ വാക്കുകളായി നാവിലേക്കെത്തി. രൂപൽനഗറിന്റെ കാറ്റിനു പോലും കഥകളുണ്ട്. കൊട്ടാരച്ചുമരുകളിൽ വീർപ്പുമുട്ടി അവ മരിക്കുകയാണ്. ജീവനോടെ കൈമാറ്റം ചെയ്യാൻ ജീവിതത്തിലാദ്യമായി അവനു ധൈര്യം തോന്നി. കൈ സ്വയമറിയാതെ അരപ്പട്ടയിലേക്കു ചെന്നു. അതവിടെയുണ്ട്. അവൾക്കു പരിചയമുണ്ടാകും. മുഖത്തു വിരിഞ്ഞ ഭാവത്തിൽ നിന്നും മറന്നിട്ടില്ലെന്നു ഉറപ്പിച്ചു.

"ഇതെപ്പോഴും കൂടെക്കൊണ്ടു നടക്കുമോ?"

"ഇല്ലാതെ പറ്റില്ലല്ലോ." അവനത് ഉറയിൽനിന്നും ഊരിപ്പിടിച്ചു. പൗർണ്ണമി കഠാരയുടെ മിനുസമാർന്ന അരികുകളിൽ തട്ടി പ്രഭ ചിതറി. "അച്ഛന്റേതാണ്." കഠാരയുടെ കൈപ്പിടിയിൽ പേരു കൊത്തിവച്ചത്

കാട്ടിക്കൊടുത്തു. "അവർ തുഴയുന്നത് കണ്ടോ?" അവൻ ഭൗമിനിയുടെ പ്രഗത്ഭരായ തുഴച്ചിൽക്കാർക്കുനേരെ ചൂണ്ടി. "അവർ നദിയിലേക്കു തുഴ ഇറക്കുന്നതു കണ്ടില്ലേ? നിറുത്താതെ വീണ്ടും വീണ്ടും.." ശബ്ദത്തിനു പുറത്തുവരാൻ വല്ലാത്ത വൈമനസ്യം. "അതുപോലെയാണ് അച്ഛന് ഈ കാഠാര." കണ്ണുകൾ വർഷിച്ചു. എരിയുന്ന തീതുള്ളികൾക്ക് ജന്മം കൊടുത്തു.

"മയൂരിയെ അമ്മ കാരാഗൃഹത്തിൽനിന്നും മോചിപ്പിച്ച രാത്രി ഞാൻ നല്ല ഉറക്കമായിരുന്നു. പിന്നീടെപ്പോഴോ ഒരു നിലവിളി കേട്ടു ഞാനുണർന്നു. എന്റെ അമ്മ! പാവം. ഞാൻ കേൾക്കേണ്ടെന്നു കരുതി ചേല വായിൽ തിരുകിയിരുന്നു. അറിയാതെ കരഞ്ഞുപോയി.

ഓടിച്ചെന്നപ്പോൾ അമ്മ നിലത്തു കിടക്കുന്നതാണു ഞാൻ കണ്ടത്. കഠാരയുടെ ചോരത്തിളക്കവും. ഞാനാ കൈകളിലേക്ക് ചെന്നു. അമ്മയെന്നെ നെഞ്ചോടു ചേർത്തുപിടിച്ചു. കഠാര ആഴ്ന്നിറങ്ങിയിട്ടും വിട്ടില്ല. ഞാനപ്പോഴേക്കും ചോരയിൽ നനഞ്ഞു. അമ്മയുടെ പിടച്ചിൽ ഞാൻ കേട്ടു. അമ്മയുടെ ശ്വാസം എന്റെ കവിളിൽ തട്ടിയാണ് കടന്നു പോയത്. പ്രാണൻ പോയിട്ടും അമ്മയെന്നെ അണച്ചു പിടിച്ചിരുന്നു. ആ മൃതദേഹത്തിലും ഈ കഠാര കയറിയിറങ്ങി. ആരൊക്കെയോ പിടിച്ചു മാറ്റാൻ നോക്കി. ഞാൻ വിട്ടില്ല. കണ്ണീരും ചോരയും വരണ്ടു കട്ട പിടിക്കുന്നതുവരെ ഞാനവിടെ കിടന്നു. അവസാനം അച്ഛൻ വന്നു. അമ്മയുടെ കൈകൾ അറുത്തെറിയുമെന്നു പറഞ്ഞു. അവൾ മുഖം കൈക്കുള്ളിൽ ഒളിപ്പിച്ചു.

ഇരുവരും നിശ്ശബ്ദമായിരുന്നു. മൗനം കൂടുതൽ പറയാൻ കരുത്തായി. "ഇതുവരെ പറയാത്തതെല്ലാം ഇന്നു മായ്ച്ചു കളയുകയാണ്." തൊട്ടടുത്തായി ഒരു ഹൃദയം മിടിച്ചതും കവിളിലൊരു ചുടുനിശ്വാസമടിച്ചതും അവനനുഭവിച്ചു. "അമ്മ എപ്പോഴും കൂടെയുണ്ട്. എല്ലാ കുഞ്ഞുങ്ങൾക്കും നീ അച്ഛനെപ്പോലെയാണെന്നു കേൾക്കാൻ കൊതിയാണ്. ലോകം എന്നോടു പറഞ്ഞു. നീ അജയഘോഷന്റെ മകനാണ്. പാപിയും ക്രൂരനും സ്ത്രീലമ്പടനുമായ അച്ഛന്റെ മകൻ." "കണ്ണാടി നോക്കാൻ എനിക്കു വെറുപ്പാണ്. സ്വന്തം നിഴലിനെ അറപ്പാണ്. നിന്ദയോടെയാണ് രൂപൽനഗറിലെ ഓരോ കണ്ണും എന്നെ നോക്കുന്നത്. ഓരോ വാക്കും അവജ്ഞയുടേതാണ്. എത്രയും ഞാൻ സ്നേഹിച്ച അനുജൻ പോലും എന്നെ വെറുത്തിട്ടേയുള്ളൂ." കണ്ണുകൾ വീണ്ടും ചതിച്ചു. ഇത്തവണ അവൾ വിലക്കിയില്ല. ആവോളം പെയ്തൊഴിയട്ടെ.

"ഈ പാഴ്ജന്മംകൊണ്ട് ആർക്കെങ്കിലും ഉപകാരമാകട്ടെ എന്നു കരുതിയാണ് ഞാൻ ഇറങ്ങിത്തിരിച്ചത്. പ്രത്യാശയുടെ പാതയിലേക്ക് ഞാനും ചുവടുവെച്ചതാണ്. മയൂരി! എവിടെപ്പോയാലും എത്ര ശ്രമിച്ചാലും എന്റെ വേരുകൾ എനിക്കു ശാപമാണ്. മയൂർഘട്ടിലെ ഏകാന്തമായ തടവറയിൽ പൊടിഞ്ഞു തീരണമേയെന്നു ഞാൻ പ്രാർത്ഥിച്ചു. സാഹസിക യാത്രയ്ക്കിടെ വീരമൃത്യു! ജീവിതത്തിൽ കിട്ടാത്ത അംഗീകാരവും പരിഗണനയും ക്ലാവുപിടിച്ച ചിലങ്കയും ശുദ്ധീകരണമായി,

എന്റെ മരണം. പക്ഷേ, വിലപിടിപ്പുള്ള സമയം പാഴാക്കി നിങ്ങളെന്നെ രക്ഷിച്ചു. ജീവിക്കാനും മുന്നേറാനും എനിക്കു അർഹതയുണ്ടെന്നു തോന്നിച്ചു. എല്ലായിടത്തും തിരസ്കരിക്കപ്പെട്ടവന് കിട്ടിയ ഏറ്റവും വലിയ അംഗീകാരം. ജീവിതാന്ത്യംവരെ ഞാൻ നിങ്ങൾക്കു കടപ്പെട്ടിരിക്കും. ജനഭൂമിക്കു വേണ്ടാത്തവനെങ്കിലും വേരുകളിൽ വിഷം കലർന്നവനെങ്കിലും എന്റെ മനഃസ്സാക്ഷി ശുദ്ധമാണ്. അതിനെ സാക്ഷിയാക്കി സത്യം ചെയ്യുന്നു. വജ്രഭൂമിയുടെ കുമാരിക്ക് എന്റെ നിതാന്തസൗഹൃദം."

* * * * * *

"കുമാരീ, മഹാഗിരിയിൽ ഉരുൾ പൊട്ടലാണെന്നു തോന്നുന്നു. നദിയാകെ പ്രക്ഷുബ്ധമാണ്. ഈ വഴി തുടർന്നുപോയാൽ ജീവനഷ്ടം സംഭവിച്ചേക്കാം. എന്താണു ചെയ്യേണ്ടത്?"

"വഴി തിരിച്ചു വിട്ടാലോ? അല്പം സമയനഷ്ടം ഉണ്ടാകും. എന്നാലും അതു തന്നെയാവും ഉചിതം. വലിയ അപകടം ഒഴിവാക്കാമല്ലോ. ജീവനാണല്ലോ മുഖ്യം? ഉത്തരവു നല്കൂ കുമാരീ."

"അല്ല." അവൾ ഉറച്ച ശബ്ദത്തിൽ മറുപടി പറഞ്ഞു. "ലക്ഷ്യമാണ് പ്രധാനം. വിധിയെ തടുക്കാൻ നമുക്കാവില്ലായിരിക്കും. പക്ഷേ, പൊരുതി തോല്ക്കുന്നതിനു വിജയത്തിന്റെ പകിട്ടുണ്ട്. പ്രതിസന്ധികളെ പേടിച്ചു പിന്മാറാൻ ഞാനില്ല. ഒരപകടത്തിനെയും എനിക്കു ഭയമില്ല. അവൾ ശബ്ദം ഒന്നുകൂടെ ഉയർത്തി. എന്തിനേയും നേരിടാൻ എനിക്കൊപ്പം സുഹൃത്തുക്കളുണ്ട്. നാം മുന്നോട്ടുതന്നെ പോകുന്നു. നിറഞ്ഞ കണ്ണിലുദിക്കുന്ന നിലാവിന് മാറ്റ് കൂടുതലാണ്."

* * * * * *

പന്തങ്ങളുടെ മങ്ങിയ വെട്ടത്തിലും ഇര അനങ്ങുന്നത് അയാളറിഞ്ഞു. ഒരു വേട്ടക്കാരന്റെ സൂക്ഷ്മതയോടെ ഉന്നംവെച്ചു. അവസരങ്ങൾ ഒരിക്കലും പാഴാക്കരുത്. അവ പിന്നീടു മടങ്ങി വരണമെന്നില്ല. ഒരൊറ്റ നിമിഷത്തിന് ജീവിതത്തെ മാറ്റിമറിക്കാനും തകിടം മറിക്കാനും കെല്പുണ്ട്. ലക്ഷ്യമില്ലാതെ മറ്റൊന്നും പാടില്ല മനസ്സിൽ. അതായിരുന്നു ഗുരുവിന്റെ ആദ്യ വചനം. പഠിപ്പിച്ചതെല്ലാം പഠിച്ചിട്ടും ഉന്നമൊരിക്കലും പിഴയ്ക്കാതിരുന്നിട്ടും ജീവിതം വരുതിയിൽ നിന്നില്ല. നഷ്ടമായ നാല്പത് വർഷങ്ങൾ, നിറം മങ്ങിയ കിനാവുകൾ. ഇനിയും അവശേഷിച്ച വിരളമായ ആയുസ്സ്.... കൂടുതൽ ചിന്തിക്കാൻ തുടങ്ങിയപ്പോൾ ഇര ഒരിക്കൽക്കൂടി അനങ്ങി. ഇനിയും വൈകിയാൽ കൈ വിട്ടെന്നു വരും. വില്ലു വലിച്ച് പ്രാർത്ഥനയോടെ എയ്യുമ്പോൾ ഒരു കാറ്റ് അയാളുടെ മുഖത്ത് തട്ടി കടന്നുപോയി. തെറ്റിയില്ല, ഒരു നിലവിളിയോടെ ഇര കുതിരപ്പുറത്തുനിന്ന് മറിഞ്ഞ് മുന്നോട്ടു വീഴുന്നത് അയാൾ കണ്ടു. തിരിഞ്ഞു നടക്കുമ്പോൾ പിന്നിൽ ഭയത്തിന്റെയും അങ്കലാപ്പിന്റെയും

മുറവിളികൾ. പാതങ്ങൾ എരിഞ്ഞില്ലാതാകുന്നു. നദിയുടെ ഒഴുക്ക്. ഒരിക്കൽക്കൂടി തിരിഞ്ഞു നോക്കാൻ മിനക്കെടാതെ അയാൾ കുറ്റിച്ചെടികൾ വകഞ്ഞുമാറ്റി ഇരുളിലേക്ക് നടന്നു. ഉറക്കമിനിയും വരാത്ത ചീവിടുകൾ, അയാൾക്ക് താളം പിടിച്ചു.

* * * * * *

ഓളങ്ങളിലേക്ക് ആഴ്ന്നിറങ്ങിയപ്പോൾ വേദന അലിഞ്ഞില്ലാതായി. ഇനിയുമെന്തൊക്കെയോ കാണാൻ കൊതിച്ച കണ്ണുകളിലേക്ക് നദി ഇരമ്പിക്കയറി. അവ്യക്തമായെങ്കിലും അതിസുന്ദരിയായൊരു സ്ത്രീ തനിക്കരികിലേക്കു നീന്തി വരുന്നത് അയാൾ അത്ഭുതത്തോടെ കണ്ടു. അവളുടെ ചുരുണ്ട മുടി നദിയേക്കാൾ താളത്തിലൊഴുകി. വായിൽ നിന്നുയിരിട്ട കുമിളകളിലൂടെ അവളുടെ പച്ചക്കണ്ണുകൾ അയാൾ കണ്ടു. തന്റെ പവിഴച്ചുണ്ടുകൾ വിടർത്തി അജ്ഞാതമായ സ്വരത്തിൽ അവളെന്തോ പറഞ്ഞു. ഒരു സംഗീതംപോലെ അതു നദിയിലാകെ പടർന്നു. അതിന്റെ മാധുര്യം നുകർന്ന് അയാളുടെ സത്ത ചോർന്ന ശരീരം അടിത്തട്ടിലേക്കു യാത്രയായി. ജീവിതത്തിന്റെ കണം അല്പമെങ്കിലും അവശേഷിച്ചിരുന്നെങ്കിൽ നദിദേവതയുടെ വാക്കുകൾ അയാൾ കേട്ടേനേ.

കഷ്ടം! മോഹം മനുഷ്യനെ ഇരയും വേട്ടക്കാരനുമാക്കുന്നു.

ഏഴ്

ദൗത്യം പൂർത്തിയാക്കി. ഇനി പ്രതിഫലം കൈപ്പറ്റണം. തിരിഞ്ഞു നോക്കിയില്ലെങ്കിലും ഇര ഇല്ലാതായെന്നതിൽ സംശയമില്ല. വൈകിവന്ന സൗഭാഗ്യത്തെക്കുറിച്ചായിരുന്നു ചിന്ത. എല്ലാറ്റിന്റെയും സമയം മുൻകൂർ നിശ്ചയിക്കപ്പെട്ടിട്ടുണ്ട്. അല്ലെങ്കിൽ ഇങ്ങനെയൊക്കെ നടക്കുമോ? ഇത്തിരി വൈകിയെന്നതു ശരി തന്നെ. എന്നാലും സംഭവിക്കാതിരുന്നി ല്ലല്ലോ.

വീരയോദ്ധാക്കളുടെ കഥകൾ കേട്ടാണു വളർന്നത്. പോരിൽ എതിരില്ലാത്ത പോരാളിയാവണമെന്നത് അന്നേയുള്ള മോഹമാണ്. മനസ്സിൽ ഉറച്ച മോഹമുണ്ടെങ്കിൽ കരുത്തും നിശ്ചയദാർഢ്യവും താനേ വരും. ഏറ്റവും പ്രഗത്ഭനായ ഗുരുവിനെ തേടിപ്പിടിച്ചു. അദ്ദേഹം പരുക്കനായിരുന്നു. പല പരീക്ഷണങ്ങളിലൂടെയും കടന്നു പോകേണ്ടി വന്നു. പതറാതെ പിടിച്ചുനിന്നു. ക്ഷമയും കഠിനാദ്ധ്വാനവും ഗുരുപ്രീതി നേടിത്തന്നു. ഗുരുവിന്റെ പ്രിയശിഷ്യനാവാൻ താമസിച്ചില്ല. പറ്റാവുന്നിട ത്തോളം പഠിച്ചു. യൗവനം പ്രതിഭയ്ക്കു തിലകം ചാർത്തിയപ്പോൾ വജ്രഭൂമിയുടെ മഹാരാജാവു നേരിട്ട് അയാളെ സൈന്യത്തിലേക്കു ക്ഷണിച്ചു. ജന്മഭൂമിയിൽ കിട്ടാവുന്ന മുന്തിയ അംഗീകാരം. കഥകളും യാഥാർത്ഥ്യവുമായുള്ള അന്തരം അയാൾ പെട്ടെന്ന് മനസ്സിലാക്കി. സമാധാനം പുലർത്തുന്ന അയൽരാജ്യങ്ങളും അനുസരണയുള്ള പ്രജകളും അയാൾക്ക് വിക്രമം കാട്ടാൻ അവസരം നല്കിയില്ല. ഗുരു വിനെപ്പോലെ പഠിപ്പിച്ചു പ്രതിഭ മുരടിപ്പിക്കാൻ അയാൾക്കു താല്പര്യ മില്ലായിരുന്നു. ശത്രുസൈന്യത്തെ മുടിപ്പിക്കുന്നതും അതിവേഗത്താൽ കാണികളെ വിഭ്രമിപ്പിക്കുന്നതും സ്വപ്നങ്ങളിൽ മാത്രമായി. യാഥാർത്ഥ്യവുമായി അയാൾക്ക് സന്ധി ചെയ്യേണ്ടി വന്നു. അപ്പോഴേക്കും

കാലമൊരുപാട് കഴിഞ്ഞുപോയിരുന്നു. കാഴ്ച മങ്ങി, വിരൽ വിറച്ച് കൂട്ടുകാർ വില്ലു വെച്ചിട്ടും അയാൾ തുടർന്നുപോയി. സൈന്യാധിപ സ്ഥാനം അയാളെ കൊതിപ്പിക്കുന്നുണ്ടായിരുന്നു. പ്രശസ്തിയില്ലെങ്കിൽ പദവിയെങ്കിലും. അച്ഛൻ മഹാരാജാവിന് അതിൽ താല്പര്യമുണ്ടായിരുന്നു. പക്ഷേ, ചാരുചിത്രന്റെ പരിഷ്കരണങ്ങളിൽ ആ സ്ഥാനം യുവാക്കൾക്ക് മാത്രമുള്ളതായി. ആ ദിവസം സൈന്യത്തിന് അയാളെ നഷ്ടമായി. നാല്പതു വർഷങ്ങൾ പിന്നിലൊഴുക്കി അയാൾ കൊട്ടാരം വിട്ടു.

വർഷങ്ങൾക്കുശേഷം കൊട്ടാരത്തിലേക്കു ക്ഷണം വന്നപ്പോൾ പോകാൻ താല്പര്യമേ ഉണ്ടായില്ല. നിരസിക്കാനാണു തോന്നിയത്. പക്ഷേ, നിയോഗം അയാളെ കൊട്ടാരത്തിലെത്തിച്ചു. കാര്യങ്ങളറിഞ്ഞപ്പോൾ വാർദ്ധക്യം കിനാവു കാട്ടുകയാണെന്നു തോന്നി. അയാൾ കൊതിച്ചത് വാഗ്ദാനം ചെയ്യപ്പെട്ടു. ചെയ്യേണ്ടത് നിസ്സാരമായ കാര്യവും. പാത പതിറ്റാണ്ടുകൾ പാഴാക്കിക്കളയും. അനുഭവം അതയാൾക്കു കാണിച്ചു കൊടുത്തിട്ടുണ്ട്. അതുകൊണ്ട് തെറ്റു ചെയ്യാൻ മടിയൊന്നും തോന്നിയില്ല. ഇനിയെത്ര നാൾ ഭൂമിയിലുണ്ടാകുമെന്ന് അറിയില്ല. മരിക്കുന്നതിനുമുമ്പ് ഒരു മോഹമെങ്കിലും നടക്കണം. അതിലേക്ക് എത്തിക്കുന്ന വഴിയാണിത്.

കൊട്ടാരത്തിൽ വെച്ച് ഇനിയും കാണുന്നത് സുരക്ഷിതമല്ലെന്ന് പറഞ്ഞിരുന്നു. ചെല്ലേണ്ട സ്ഥലവും അറിയിച്ചിട്ടുണ്ട്. സമയം കൃത്യമായിരിക്കണമെന്ന് പ്രത്യേകം നിഷ്കർഷിച്ചിരുന്നു. ഒരുനിമിഷം തെറ്റിക്കരുത്. താൻ വൈകിയിട്ടില്ല. ഈ സ്ഥലം അയാൾക്ക് പരിചിതമാണ്. നദിയിലേക്ക് തുറക്കുന്ന രഹസ്യ അറ. അടിയന്തര സാഹചര്യങ്ങളിൽ കൊട്ടാരത്തിലുള്ളവർക്ക് രക്ഷപ്പെടാനാണിത്. സംശയിക്കപ്പെടാതിരിക്കാനാകും. എവിടെയും വെളിച്ചമില്ല. അയാൾ അകത്തേക്കു കയറി. ആരുമില്ലേ? മുന്നോട്ടു പോകുന്തോറും അറയ്ക്കു ഉയരം കുറഞ്ഞുവന്നു. നദിയുടെ സംഗീതം അടുത്തു കേൾക്കാം. ഇനിയും മുന്നോട്ടു പോയാൽ മുങ്ങും. താൻ കേട്ടതിൽ പിശകുണ്ടോ? ആരെയും കാണുന്നില്ല. പുറത്തിറങ്ങാം. അയാൾ തിരിഞ്ഞു നടന്നു. പാറയുടെ കൂർത്ത അറ്റം തട്ടിയാകണം. കാലിൽ ചെറിയ നീറ്റൽ. ഒന്നും കാണാനാകുന്നുമില്ല.

അറയുടെ വാതിൽ ആരോ അടച്ചിരിക്കുന്നു. കൂറ്റൻ പാറക്കല്ല് തള്ളിനീക്കാൻ അയാൾ വെറുതെ ശ്രമിച്ചു. ശ്വാസം നിന്നുപോയ ഭയപ്പാടിന്റെ വേളയിൽ അടുത്തു വരുന്ന സീൽക്കരങ്ങൾ അയാൾക്കു മുഴക്കങ്ങളായി. നിലവിളി പുറത്തുചാടി. അതൊന്നും കേൾക്കാൻ നില്ക്കാതെ നദി ശാന്തമായൊഴുകി.

* * * * * *

ആരാണ് ഈ അസമയത്ത്? അയാൾ അറയിൽനിന്നും തലയിട്ടു നോക്കി. മൂന്നു പേരുണ്ട്. ദീപത്തിന്റെ മറവിലും നാലഞ്ചു പേർ. ചുണ്ടു

വിറച്ച്, പല്ല് കൂട്ടിയടിച്ച് നനഞ്ഞൊലിച്ചു നില്പാണ്. പുറത്തു മഴയില്ലല്ലോ. അയാൾ അങ്ങോട്ടു ചെന്നു അടുത്തു കണ്ടപ്പോൾ മനസ്സിലായി ഗുപ്തന്റെ സേവകരാണ്. കാര്യം പറയാൻപോലും ത്രാണിയില്ലാതെ വിളറിപ്പോയിരിക്കുന്നു.

“എന്തുപറ്റി?” മറുപടിയില്ല. കിതപ്പുമാത്രം കേട്ടു. “അശോകാ, നിങ്ങൾ പറയൂ.” പേരറിയുന്നത് അയാളുടേതു മാത്രമാണ്. “എന്താണിങ്ങനെ നനഞ്ഞൊലിച്ച്? എന്താണുണ്ടായത്?” മറ്റെല്ലാവരും ചേർന്ന് അശോകനെ മുന്നോട്ടു തള്ളിനീക്കി. അയാൾ വിടർന്ന കണ്ണുകൾ കാട്ടി വാക്കുകളില്ലാതെ ഒരു നിമിഷാർത്ഥം നിന്നു. പിന്നെ ഒറ്റശ്വാസത്തിൽ പറഞ്ഞു.

“പ്രഭുവിന് അപകടമുണ്ടായി.”

“ആർക്ക്? ഗുപ്തനോ?” അയാളുടെ നെഞ്ചിടിച്ചു. അപകടം?

“അതെ.”

“വ്യക്തമായി പറയൂ. അയാൾക്കെന്തു പറ്റി? അയാളെവിടെ?” ശബ്ദം നിലവിട്ടുയരുന്നുണ്ട്. തലയ്ക്കുള്ളിൽ ഉടുക്കു കൊട്ടുന്നു.

“ഞങ്ങൾ നദീ തീരത്തായിരുന്നു. ആരോ ഒളിയമ്പെയ്തതാണ്. പ്രഭു നദിയിലേക്കു വീണു. ഞങ്ങളിത്രയുംനേരം തിരഞ്ഞു. പക്ഷേ, “അശോകന് മുഴുമിപ്പിക്കാനായില്ല. അയാൾക്കു നില തെറ്റി. വാതിൽപ്പടിയിലേക്കു ചാരി. “നദീതീരത്തെവിടെയെങ്കിലും.....” ആരോ എന്തോ പറയാൻ തുടക്കമിട്ടു. പക്ഷേ, പൂർത്തിയാക്കിയില്ല. ആരായിരിക്കും? ഒന്നും വ്യക്തമാകുന്നില്ലല്ലോ.

“അറിയില്ല. ഇരുട്ടത്ത് കാണാനായില്ല. പ്രഭുവിനെ തിരയുന്നതിനിടയിൽ രക്ഷപ്പെട്ടിട്ടുണ്ടാകും.”

അയാൾ ചിന്തകളെ സമാഹരിക്കാൻ ഒരു വ്യഥാപ്രയത്നം നടത്തിനോക്കി. എന്തിനായിരിക്കും ഈ രാത്രിയിൽ ഗുപ്തൻ നദീ തീരത്തു പോയത്? സുരക്ഷാ സംവിധാനങ്ങളൊക്കെ നടത്തിക്കഴിഞ്ഞല്ലോ.

“അത്....”

“പറയൂ.” അയാൾ സ്വരത്തിൽ ഉത്തരവ് കലർത്തി.

“രാജകുമാരി വരുമെന്ന്....”അശോകൻ വിയർക്കുന്നുവോ? “പ്രഭുവിന് അങ്ങനെ തോന്നി. അദ്ദേഹത്തിന് അതിൽ താല്പര്യമില്ല. അതുകൊണ്ട്....”

“അതുകൊണ്ട്?”

“സഭയിലെത്താതിരിക്കാൻ.... കുമാരിയെ വധിക്കണമെന്നുതന്നെ പറഞ്ഞു.” ശബ്ദം ഇടർച്ചയോടെ പതിഞ്ഞു. “ആരുമറിയരുതെ.”

ഗുപ്തൻ!! അയാൾക്കു വിശ്വസിക്കാനായില്ല. ഭീകരതയോടെ ഇരുട്ട് അയാളെ തുറിച്ചുനോക്കി. വല്ലാത്ത മൂകത. നിലത്തിറ്റു വീഴുന്ന വെള്ളത്തുള്ളിയുടെ മരണനാദം വരെ കേൾക്കാം. പേടിപ്പെടുത്തുന്ന നിശ്ശബ്ദതയിൽ അയാൾക്ക് ഒന്നു മനസ്സിലായി. ചരടു കൈ വിട്ടു പോകുകയാണ്. ഗുപ്തനെ അജ്ഞാതൻ അപകടപ്പെടുത്തിയിരിക്കുന്നു.

നാളെയാണ് പൊതുസഭ. വജ്രഭൂമിയുടെ ഭാവി നിശ്ചയിക്കപ്പെടുന്ന നാൾ. ഇത്ര നിർണ്ണായകമായൊരു സമയത്ത്! അന്വേഷണത്തിന് ആർക്കും സമയവും താല്പര്യവുമുണ്ടായില്ല. ഇനിയെന്തു ചെയ്യും? ഇരുളിൽ അയാളെ എങ്ങനെ കണ്ടെത്തും? കൈയുടെ ബലം തീർന്നപ്പോൾ അയാൾ നിരങ്ങി നിലത്തിരുന്നു. എന്തെങ്കിലും എത്രയും പെട്ടെന്നു ചെയ്യണം. എന്താണു ചെയ്യേണ്ടതെന്നു പറയാൻ കഴിയുന്നില്ല. നിമിഷങ്ങൾ അകലുന്തോറും കാര്യങ്ങൾ കൂടുതൽ കുഴപ്പത്തിലാകുകയാണ്.

ചില കാലടി ശബ്ദങ്ങൾ അടുത്തുവന്നു. മുഖത്തു നിഴൽ വീണപ്പോൾ അയാൾ നോക്കി. അടുത്ത് രണ്ടുപേർ. അവരും നനഞ്ഞു കുതിർന്നിട്ടുണ്ട്. പുതുതായി എന്തോ പറയാനുണ്ട്. അയാൾ ശേഷിച്ച ആത്മധൈര്യത്തിൽ കഴുത്തുയർത്തി. "എന്തായി?"

"പ്രഭുവിനെ കിട്ടി. പക്ഷേ....." അവരുടെ നിറഞ്ഞ കണ്ണുകളിലും ഇടറുന്ന ശബ്ദത്തിലും ഗുഹന് പൂർണാർത്ഥം കിട്ടി. ഗുപ്തൻ മരിച്ചു. അയാളുടെ ഇരട്ട സഹോദരന് ഇനിയൊരു മടങ്ങി വരവില്ല. അവർ അന്യോന്യം എന്തൊക്കെയോ പിറുപിറുക്കുന്നുണ്ട്. അയാൾക്കൊന്നും കേൾക്കേണ്ട. ഗുഹൻ പതിയെ ചുമരിൽ പിടിച്ചെഴുന്നേറ്റു. ഗുപ്തന്റെ രഹസ്യം പുറത്തു വന്നുകൂടാ. അവനെന്തിനവിടെ പോയി എന്ന ചോദ്യം വരും. തന്നോടു പറഞ്ഞതുപോലെ പലരോടും ഉത്തരം പറയും. അതെവിടെ ചെന്നവസാനിക്കും എന്നു പ്രവചിക്കാൻ കഴിയില്ല. ഗുഹൻ ഉണർന്നു. ശരീരത്തിൽ ചൂടു വന്നു.

"നാളത്തെ സഭ പിരിയുംവരെ ഇതൊന്നും പുറത്തറിയരുത്. കുമാരിയെ ആക്രമിക്കാൻ ശ്രമിച്ചെന്നറിഞ്ഞാൽ ജനരോഷമുണ്ടാകും. അതിനെ ആരും അതിജീവിക്കില്ല. വേണ്ടതു ചെയ്യണം. ഗുപ്തൻ യാത്രയിലാണെന്നു ഞാൻ പറഞ്ഞുകൊള്ളാം. നിങ്ങൾ പുരിയിൽ നിന്നും മാറിനില്ക്കണം. ഒരുമിച്ചാണു പോയതെന്നു വിചാരിച്ചോളും. ബാക്കിയെല്ലാം വഴിയെ തീരുമാനിക്കാം. പൊയ്ക്കോളൂ. ഇരുട്ടു വിടും മുമ്പേ പുരി പിന്നിടണം. ആരുടെയും കണ്ണിൽപ്പെടരുത്."

അവർ ആജ്ഞ സ്വീകരിച്ച് ഇടനാഴിയെ നനച്ചു കടന്നുപോയി.

* * * * * *

മഹാറാണി കാലുകൾ നീട്ടിയിരുന്നു. പുറം വേദനിക്കാൻ തുടങ്ങി. അധികനേരം ഇങ്ങനെ ഇരിക്കാനാകുമെന്ന് തോന്നുന്നില്ല. അതിനുമുമ്പ് എല്ലാറ്റിനുമൊരു വ്യക്തത ഉണ്ടാകണം. പ്രസേനനെയാണ് കാത്തിരുന്നത്. അയാൾ മുന്നിലിരിപ്പുണ്ട്. കൂടെ ദേവദത്തനും. അവനെ താൻ ചോദ്യം ചെയ്തിട്ടില്ല. ഇവിടംവരെ പ്രസേനൻ കൊണ്ടു വന്നെങ്കിൽ അവനെ വിശ്വസിക്കാം.

"അവർ എവിടെയാണുള്ളത്?"

"പുരിക്കു പുറത്ത്, സൈന്യത്തിന്റെ കണ്ണെത്താ ദൂരത്തിൽ."

"മഹാറാണി." പ്രസേനൻ ഇടപെട്ടു. "കൊട്ടാരത്തിലേക്കുള്ള വഴിയിൽ മുഴുവൻ ബൃഹദ്യുമ്നന്റെ ആൾക്കാരാണ്. അവരുടെ കണ്ണിൽ ആൾക്കൂട്ടത്തിന്റെ മുന്നിൽവെച്ച് ഇവരെ ഒന്നും ചെയ്യാനാകില്ല. കോട്ട വാതിൽ വരെ സൂക്ഷിക്കണം. ആക്രമണം പ്രതീക്ഷിച്ചുതന്നെ വരണം. ആവുംവിധം സഹായിക്കാൻ ഞങ്ങൾ ശ്രമിക്കാം."

"അങ്ങനെ വന്നാൽ അമ്മാവന്റെ സൈന്യം വെറുതെ മടങ്ങുകയുണ്ടാവില്ലെന്ന് ചിത്ര പറയാൻ പറഞ്ഞു."

"നില്ക്കൂ."പ്രസേനൻ പ്രതീക്ഷയോടെ വാതില്ക്കലേക്കു നോക്കി. "ആക്രമണം ഒഴിവാക്കി തന്ത്രപരമായി കാര്യം നേടാൻ സാധിച്ചാലോ. നമ്മുടെ അതിഥിക്ക് നല്ലൊരു വഴി പറയാനാകും."

"ആരാണത്, പ്രസേനാ?"

ആരോ വാതില്ക്കൽ വരുന്ന ശബ്ദം കേട്ടു. പ്രസേനൻ പുഞ്ചിരിച്ചു. "അദ്ദേഹം എത്തിയിരിക്കുന്നു."

ശേഷന്റെ മുഖം ചുവന്നു. കണ്ണുകൾ വിടർന്നു പുരികത്തിൽ ചെന്നു തട്ടി. ആദ്യമായിട്ടാകും ഇത്രയും പണം കാണുന്നത്. കഷ്ടം! ഐശ്വര്യോത്സവത്തിന് അവനു കിട്ടിയതിന്റെ മൂന്നിരട്ടിയാണിത്. "നന്ദി. അവൻ ആവർത്തിച്ചു. ഇത് വളരെയധികമാണ്.

"ഏയ്." അയാൾ കളിയായി കൈ വീശി. "രാജ്യ സുരക്ഷയ്ക്കു ചെയ്ത സേവനത്തിന് ഇതൊന്നും അധികമല്ല."

"അങ്ങനെ വല്ലതും ചെയ്യാനായതിൽ എനിക്കഭിമാനമുണ്ട്."

അയാൾക്ക് പിന്നെയും സഹതാപം തോന്നി. ചുറ്റിലും വിഡ്ഢികളാണ്. എത്ര എളുപ്പത്തിലാണ് മറ്റുള്ളവരെ വിശ്വസിക്കുന്നത്? താനൊരു മികച്ച നൃത്താദ്ധ്യാപകനാണ്. കണ്ടില്ലേ എല്ലാവരും ചുവടു തെറ്റിക്കാതെ മനോഹരമായി ആടുന്നത്? മൂഢ മനുഷ്യർ! വേണമെങ്കിൽ ഇവനെക്കൊണ്ടു പലചുവടുകളും കളിപ്പിക്കാം. വേണ്ട. ഇന്നയാൾക്കു സഹതാപത്തിന്റെ രാത്രിയാണ്. കിട്ടിയ പണവുമായി പൊയ്ക്കോട്ടെ. പാവം പാമ്പാട്ടി! ഇവനെ പിന്നീടൊരിക്കലും ഓർക്കുമെന്നേ കരുതിയതല്ല. അന്ന് കൗതുകത്തിനു കണ്ടിരുന്നു, കൈയടിച്ചു. ചില അവസരങ്ങളിൽ സ്വന്തം ബുദ്ധിയും ഓർമ്മയും അയാളെത്തന്നെ അതിശയിപ്പിച്ചിട്ടുണ്ട്. ആവശ്യം വന്നപ്പോൾ ഇവന്റെ മുഖം ഓർമ്മ വന്നത് അങ്ങനെ ഒരവസരമാണ്. "പ്രതിഫലവുമായി അവൻ പോകാനൊരുങ്ങുന്നു. പ്രഭോ." എന്താണ് അവന്റെ നെറ്റിയിൽ കുറെ ചുളിവുകൾ? അവനു വല്ല സംശയവും?

"അടിയൻ അകത്തു നിന്നെന്തൊക്കെയോ അനക്കം കേട്ടിരുന്നു."

ഓഹ്! അത്രയേ ഉള്ളൂ! "അതു വല്ല ജീവികളുമായിരിക്കും. രാത്രി ശബ്ദം കേൾക്കാറുണ്ടെന്ന് കാവല്ക്കാർ പറഞ്ഞിരുന്നു. ഇനി പേടിക്കണ്ടല്ലോ. അയാൾ പരമാവധി ആയാസരഹിതമായി പറഞ്ഞൊപ്പിച്ചു. "ശരിക്കും അടച്ചുവല്ലേ, അല്ലേ?"

"തീർച്ചയായും പ്രഭോ. നൂറു വിഷപ്പാമ്പുകളെയാണ് അടിയൻ

കൊണ്ടുവന്നത്. പാറക്കല്ലുകൊണ്ട് വഴി മുട്ടുകയും ചെയ്തിട്ടുണ്ട്. ജീവനോടെ ആർക്കും ആ വഴി കടക്കാനാവില്ല."

"ഉം..." അയാൾ മൂളി. ഇവനെ വിശ്വസിക്കാം. "നന്നായി. കൊട്ടാരത്തിനു നാഥനില്ല. ഏതുനിമിഷവും ആരും ആക്രമിക്കാം. ഇങ്ങനെ ചില രഹസ്യ വഴികളുണ്ട്. പുറത്തേക്കിറങ്ങാൻ പണിതതാണ്. ഇപ്പോൾ അതിലൂടെ വല്ലവരും വരുമോയെന്നാണു ഭയം. ഈയവസ്ഥയിൽ നദിയിലേക്കൊരു വഴി തുറന്നിടുന്നത് ബുദ്ധിയല്ല. വിശേഷിച്ചും നാളത്തെ സഭ അനിശ്ചിതത്വത്തിലിരിക്കെ. ചിത്രാംഗദ മടങ്ങി വരുമോ എന്നുപോലും ഉറപ്പില്ല. നാം കരുതിയിരിക്കണമല്ലോ."

"കുമാരി തീർച്ചയായും വരും. അടിയൻ പ്രാർത്ഥിക്കുന്നുണ്ട്."

അതു വേണ്ടിയിരുന്നില്ല. അയാൾ ബദ്ധപ്പെട്ട് മുഖം ശാന്തമാക്കി നിർത്തി. അവൻ പോയി. ഇനി വേണം തനിക്കൊന്നു വിശ്രമിക്കാൻ. തിരക്കുപിടിച്ച രാത്രിയായിരുന്നു. ആ വിവരംകെട്ട സേവകർ പുരി വിട്ടു കാണണം. പോയിട്ട് ഒരു നാഴികയിലേറെയായി. അതു കഴിഞ്ഞ ഉടനെയായിരുന്നു ഇവന്റെ വരവ്. ഇനി ആരും വരാനില്ല. ചെയ്തു തീർക്കാനും ഒന്നും ബാക്കിയില്ല. ഒടുവിൽ വിശ്രമത്തിനു നേരമായി. അയാളെഴുന്നേറ്റ് ശയ്യയിൽ നീണ്ടു നിവർന്നു കിടന്നു.

വർഷങ്ങളായി ഗുഹൻ ശരിക്കൊന്നുറങ്ങിയിട്ട്. വല്ല്യച്ഛൻ മരിച്ച അന്നുതൊട്ട് അയാൾ ഉറങ്ങിയിട്ടേയില്ല. ചാരുചിത്രൻ തനിക്കും അവനും നല്ല സ്ഥാനം തന്നു. അതുകൊണ്ടായില്ലല്ലോ. ക്ഷമയുടെ പരിധി തീർന്നപ്പോൾ സ്വന്തം വിധിയെഴുതാൻ ഇറങ്ങി പുറപ്പെട്ടു. ഇന്ദുമതിയോട് അയാൾക്ക് വൈരാഗ്യമൊന്നും ഉണ്ടായിരുന്നില്ല. പക്ഷേ, അവളുടെ കുഞ്ഞ് ജനിക്കുന്നതിനോട് എതിർപ്പായിരുന്നു. പാടുപെട്ടാണ് ദാസിമാരിൽ ഒരുവളെ മനസ്സു മാറ്റിയെടുത്തത്. അവൾ പറഞ്ഞു കൊടുത്തതുപോലെ തന്നെ ചെയ്തു. ഒരാളെ കൊന്നു, കുഞ്ഞിനെയല്ല അമ്മയെയാണെന്നു മാത്രം. ഭാഗ്യത്തിന് പെൺകുഞ്ഞാണു ജനിച്ചത്. ചാരുചിത്രൻ പിന്നെ വിവാഹം കഴിക്കാതിരുന്നതുകൊണ്ട് ആ സമാധാനം നീണ്ടു. വലിയ വലകൾ നെയ്യാൻ തുടങ്ങിയത് പിന്നീടാണ്. ചാരുചിത്രൻ അതിജീവിച്ചുകൊണ്ടിരുന്നു. ഭാഗ്യദേവതയുടെ കണ്ണു വെട്ടിച്ച് അയാളവനെയും വീഴ്ത്തി. അതോടുകൂടി എല്ലാം അവസാനിച്ചു എന്നു സമാധാനിച്ചതാണ്. ധിക്കാരി! നിയമങ്ങളെയും മാമൂലുകളെയും പറത്തി അവൾ സഭയിൽ കാലെടുത്തുവെച്ചു. പദ്ധതികളെല്ലാം പതറി. അതയാൾ പ്രതീക്ഷിച്ചില്ല. ഇനി പരീക്ഷണങ്ങളും അട്ടിമറികളും ഉണ്ടാകരുതെന്ന വാശിയിന്മേലാണ് കഴിഞ്ഞ ഓരോ നാളും തള്ളി നീക്കിയത്.

ഒറ്റയ്ക്കു കളിച്ചു മടുത്തു. ഇത്തവണ ബൃഹദ്യുമ്നനെയും കൂട്ടു പിടിച്ചു. അയാളുടെ ചിന്തകളെ വഴിതിരിപ്പിക്കാൻ ആദ്യം പ്രയാസം തോന്നി. എന്നാൽ അമ്പരപ്പിക്കുന്ന വേഗത്തിൽ ആർത്തി അയാളുടെ തലയ്ക്കു പിടിച്ചു. നേരിട്ട് തനിക്കൊന്നും ചെയ്യേണ്ടി വന്നില്ല. എല്ലാം

തനിക്കായി അയാൾ ചെയ്തു. സ്യമന്തകത്തിന്റെ കഥ അയാളുടെ തലയിൽ കൊളുത്തിയത് മറ്റാരാണ്? അസാദ്ധ്യമായ ദൗത്യവും കൊടുത്ത് ചിത്രാംഗദയെ നാടുകടത്തി. ഇനി ചെയ്യാനുണ്ടായിരുന്നത് മറ്റ് അവകാശികളെ നിശ്ശബ്ദരാക്കുക എന്നതാണ്. രാജസേനനും ബലനും അവളുടെ കൂടെപ്പോയി. മഹാറാണിയെ ഇനി താനായിട്ടു വധിക്കേണ്ട കാര്യമില്ല. ആവശ്യം കഴിഞ്ഞാൽ ബൃഹദ്യുമ്നന്റെ കാര്യത്തിലും തീരുമാനമെടുക്കണം. പ്രശസ്തിയേ ഉള്ളൂ. വെറും വിഡ്ഢിയാണയാൾ. ഗുപ്തനെയും ഗുഹനെയും താൻ അനുസരിപ്പിക്കുന്നു എന്നാണയാളുടെ വിചാരം. ചിത്രാംഗദ മടങ്ങി വരില്ലെന്ന് അയാൾക്ക് കാരിരുമ്പിന്റെ ഉറപ്പാണ്. മറ്റൊരു സാദ്ധ്യതയെക്കുറിച്ച് അയാൾ ചിന്തിക്കുന്നുപോലുമില്ല. സൈന്യവിന്യാസവും മറ്റും അയാളെക്കൊണ്ട് ചെയ്യിക്കാമെന്നു കരുതിയതാണ്. നടക്കില്ലെന്നു മനസ്സിലായപ്പോൾ ഉറക്കം നടിച്ച് അറയിലേക്കു വന്നു. തന്നെക്കൊണ്ടു കഴിയുന്ന വിധം ഗുഹൻ തന്ത്രങ്ങൾ മെനഞ്ഞെടുത്തിട്ടുണ്ട്. എങ്ങനെയൊക്കെ ശ്രമിച്ചാലും അവൾക്ക് നാളെ സഭയിലെത്താനാകില്ല. ബൃഹദ്യുമ്നനെപ്പോലെ പ്രായോഗികബുദ്ധി ആഗ്രഹത്തിനു പണയം വെച്ചിട്ടില്ല. അതുകൊണ്ട് വെറുതെയിരിക്കാൻ അയാൾക്കാവില്ലല്ലോ. ഹർഷനെ വിശ്വസിക്കാൻ കഴിയില്ല. അയാൾക്ക് കൂറ് രാജകുമാരിയോടാണ്. സഹസൈന്യാധിപൻ ഖരനെ വിളിപ്പിച്ചു. ബൃഹദ്യുമ്നന്റെ വിശ്വസ്തനാണ്. കാവൽ നിർത്തിയിരിക്കുന്നത് ഖരന്റെ ആൾക്കാരെയാണ്.

വഴി കഠിനമായിരുന്നു. ഒരുപാട് അദ്ധ്വാനിക്കേണ്ടി വന്നു. ഒരേ സമയം കൈയിൽ ഒരുപാടു ചരടുകൾ. ഒന്നു ക്രമംതെറ്റി മുറുകുകയോ അയയുകയോ ചെയ്തിരുന്നെങ്കിൽ കളി അവസാനിച്ചേനെ. ഗുപ്തനെക്കൊണ്ടു സൈന്യാധിപനെ വിളിപ്പിച്ചു. സൈന്യത്തിൽനിന്നും പിണങ്ങിപ്പോയ കിളവനെ വിളിപ്പിച്ചു. അടുത്ത ഘട്ടമായിരുന്നു ബുദ്ധിമുട്ട്. കിഴവന്റെ സന്ദേശം മാറ്റി ക്ഷണം നിരസിച്ചതായി അവനെ ധരിപ്പിച്ചു. എന്നിട്ട് അവന്റെ പേരിൽ അയാളെ കണ്ടു പണ്ടെങ്ങോ പുറംതിരിഞ്ഞു പോയതല്ലേ. അയാൾക്ക് ആരെയും കണ്ടാലറിയില്ല. ഒറ്റനോട്ടത്തിൽ അയാളുടെ ദൗർബല്യമറിഞ്ഞു. പിന്നൊട്ടും സമയമെടുത്തില്ല. ഒടുവിൽ വേട്ടക്കാരന്റെ വിധിയെഴുത്തും താൻ തന്നെ നടത്തി. പറഞ്ഞ സമയത്ത് അയാൾ വന്നു. അപ്പോഴേക്കും ശേഷനും ഏല്പിച്ച പണി പൂർത്തിയാക്കി. ഭാഗ്യംകൊണ്ടുള്ള പകിട കളിയായിരുന്നു അത്. രണ്ടുപേർ ഒരേ സ്ഥലത്ത്, ഒരേ സമയത്ത്, വിവിധ ലക്ഷ്യങ്ങളുമായി. കിഴവനിപ്പോൾ ശേഷന്റെ സുഹൃത്തുക്കൾ വിരുന്നൊരുക്കുകയാകും.

മനസ്സിലൊരു പോറലുണ്ടായിരുന്നു. ഗുപ്തൻ! അവനെ കൂടെ കൂട്ടണമെന്നു തന്നെയായിരുന്നു ആഗ്രഹം. ആരും വെറുതെയൊന്നും കൂടപ്പിറപ്പിനെ കൊല്ലില്ലല്ലോ. അവന്റെ സ്വഭാവം ഒന്നു പ്രത്യേകമായിരുന്നു. ഒന്നും ഉള്ളിലൊതുക്കാൻ കഴിയില്ല. മുഖത്തടിക്കും പോലെ മനസ്സിലുള്ളത് വിളിച്ചുപറയും. തന്നെപ്പോലെ അഭിനയിച്ചു പിടിച്ചു

നില്ക്കാൻ അവനറിയില്ല. സ്വന്തം വിശ്വാസ്യത തെളിയിക്കാൻ ആവോളം അവസരങ്ങൾ കൊടുത്തു. അവനും അധികാരം മോഹിച്ചു. അതിനുള്ള അർഹതയൊട്ടു കാണിച്ചതുമില്ല. എത്രയോ നാളുകളായി അവനു താൻ അജ്ഞാത സന്ദേശങ്ങൾ അയക്കുന്നു. ഒരിക്കൽപ്പോലും അതിനെപ്പറ്റി സംസാരിച്ചില്ല. തന്നിൽനിന്നും മറ വെക്കുന്ന ഒരുത്തനെ എങ്ങനെ വിശ്വസിക്കും? വഴിയിലിന്നുവരെ സഹായിക്കാത്തവന് അവസാന മധുരം കൊടുക്കേണ്ട കാര്യമില്ല. കിരീടം പങ്കിടാൻ ഇങ്ങനെയൊരുത്തൻ വേണ്ടെന്നു പതിയെ തീരുമാനിക്കേണ്ടി വന്നു. നദീതീരത്തേക്ക് പറഞ്ഞയക്കുമ്പോൾ ചെറിയൊരു കുറ്റബോധം തോന്നിയിരുന്നു. ലക്ഷ്യത്തിലെത്താൻ വേദന സഹിച്ചല്ലേ പറ്റൂ. അവന് അപകടം പറ്റി കാണാനില്ല എന്നൊക്കെ കേട്ടപ്പോൾ തരിച്ചുപോയി. പ്രസേനന് സന്ദേശമയച്ചു കഴിഞ്ഞിരുന്നു. മരിച്ചെന്ന് ഉറപ്പിച്ചപ്പോഴാണ് ആശ്വാസമായത്. മരണത്തിനു മുമ്പു കാണിച്ച മണ്ടത്തരം കണ്ടില്ലേ? ഒരാൾക്കൂട്ടവുമായി പോയിരിക്കുന്നു. അവരോടൊക്കെ എല്ലാം പറയുകയും ചെയ്തു. അവൻ ജീവിച്ചിരിക്കാൻ അർഹനല്ല. മഹാഭാഗ്യം കൊണ്ടാണ് അവന്മാർക്ക് ഇങ്ങോട്ടു തന്നെ വരാൻ തോന്നിയത്. അഭിഷേകം കഴിഞ്ഞ് ഗുപ്തനെ വധിച്ചെന്ന പേരിൽ അവരെയും ഇല്ലാതാക്കാം. അതോടെ അയാളുടെ പാത സുഗമമാകും.

കിളിവാതിലിലൂടെ നിലാവെത്തി നോക്കുന്നു. പൗർണ്ണമി സുന്ദരിയൊക്കെത്തന്നെ. പക്ഷേ, അയാൾക്കു കാണേണ്ടത് പ്രഭാതമാണ്. അയാൾ വജ്രഭൂമിയുടെ രാജാവാകുന്ന പ്രഭാതം.

* * * * * *

"പൂജ തുടങ്ങി. പെരുമ്പറ മുഴക്കാൻ പറയട്ടെ?"

"തീർച്ചയായും."

പെരുമ്പറ.

"മാന്യമഹാജനങ്ങളെ,

എല്ലാവർക്കും സഭയിലേക്കു സ്വാഗതം. ക്ഷേത്രത്തിൽ പൂജ നടന്നു കൊണ്ടിരിക്കുകയാണ്. ദയവായി അച്ചടക്കം പാലിക്കുക. പൂജ കഴിഞ്ഞ് നട തുറക്കുന്നതോടെ സഭ ആരംഭിക്കുന്നതാണ്."

വീണ്ടും പെരുമ്പറ മുഴങ്ങി.

ബൃഹദ്യുമ്നൻ ആൾക്കൂട്ടത്തെ അളന്നു. വീരഭദ്രപുരി ഒന്നാകെ മുന്നിലുണ്ട്. വീർപ്പടക്കി നില്ക്കുകയാണ്. മഹാഗുരുവിന്റെ മുഖം മാത്രം ശാന്തം. അതെല്ലായ്പ്പോഴും അങ്ങനെയാണ്. വാർദ്ധക്യവും വിജ്ഞാനവും മനുഷ്യനെ ശാന്തനാക്കുന്നതാകും. തൊട്ടരികിൽ പ്രസേനൻ അക്ഷമനാണ്. അയാളുടെ രാജഭക്തിക്ക് ഇന്നോടെ അന്ത്യമുണ്ടാകും. ഗുഹൻ കഴുത്തു താഴ്ത്തി, കണ്ണുകളടച്ച് ഇരിക്കുന്നു. അവൾ വരരുതേയെന്നു പ്രാർത്ഥിക്കുകയാകും. അവനവൻ ചെയ്യേണ്ടതൊന്നും ചെയ്യാതെ

ഈശ്വരകൃപ കൊണ്ട് കാര്യം നേടാമെന്നു കരുതുന്ന അലസന്മാരെ അയാൾക്ക് കണ്ടുകൂട. ഇന്നലെ രാത്രിയിൽ താൻ തന്ത്രങ്ങൾ ആവിഷ്കരിക്കുമ്പോൾ സുഖമായി കിടന്നുറങ്ങിയ മനുഷ്യനാണ്. ഗുപ്തൻ തന്നെയാണു സാമർത്ഥ്യമുള്ളയാൾ. അയാൾ പ്രാർത്ഥിക്കുമെന്നേ തോന്നുന്നില്ല. എല്ലാം ഉടനടി, എടുത്തു ചാടി ചെയ്തു തീർക്കും. അയാളുടെ സ്ഥാനം ഒഴിഞ്ഞു കിടക്കുന്നു. ഇത്ര അത്യാവശ്യമായി എവിടെയാണാവോ പോയത്? ഏതായാലും നന്നായി. കാര്യങ്ങൾ എളുപ്പമായി. കണ്ണെത്തുന്നിടത്തെല്ലാം സൈനികരെ കാണാം. ഖരന് കാര്യബോധമുണ്ട്. ഒറ്റപ്പഴുതില്ലാതെയാണ് കോട്ട വളഞ്ഞിരിക്കുന്നത്. സഭയിലെത്തുന്നത് സ്യമന്തകം നേടുന്നതിലും വലിയ ദൗത്യമാണ്.

മണിയടി!

ആദ്യത്തെ മണിയടി! ഇനി അരനാഴിക കൂടി കഴിഞ്ഞാൽ മതി. മൂന്നാമത്തെ മണിനാദത്തോടെ ചിത്രാംഗദയ്ക്കു അനുവദിച്ച സമയം അവസാനിക്കും. പിന്നെ തീരുമാനം തന്റേതാകും. മഹാഗുരുവിന് എതിർപ്പുണ്ടാകില്ല. രാജപദവിക്കു യോഗ്യൻ താൻ തന്നെ. മുമ്പൊരിക്കലും ഈ സ്വപ്നം മനസ്സിലുണ്ടായിരുന്നതല്ല. മുഖ്യമന്ത്രി പദത്തിൽ സന്തുഷ്ടനായിരുന്നു. ചാരുചിത്രന്റെ മരണശേഷം തനിക്കു മുന്നിലൊരു വാതിൽ പ്രത്യക്ഷപ്പെട്ടെന്നാണ് അയാൾക്കു തോന്നിയത്. ഭാഗ്യം വിരുന്നൊരുക്കുമ്പോൾ ഉപവസിക്കരുതല്ലോ. രാജാവിൽനിന്നും മകനിലേക്കാണ് കിരീടം പോകേണ്ടത്. മകൾക്ക് അവകാശമില്ല. മകനില്ലെങ്കിൽ രാജകുടുംബത്തിൽ മറ്റു യോഗ്യരെ കണ്ടെത്തി വാഴിക്കാം. ഗുപ്തനും ഗുഹനുമാണ് അടുത്ത അവകാശികൾ. ഇരട്ട സഹോദരന്മാർക്ക് തന്നോടു പെട്ടെന്നുണ്ടായ സ്നേഹത്തിന്റെ പൊരുളൊക്കെ അയാൾക്ക് മനസ്സിലായി. നിരുത്സാഹപ്പെടുത്തിയില്ല. ആശ കൊടുത്തു കൊണ്ടിരുന്നു. ഒടുവിലൊരു നാൾ പെട്ടെന്നു സ്വപ്നക്കുമിള പൊട്ടിക്കണം. അന്തിമ തീരുമാനം മുഖ്യമന്ത്രിയുടേതാണല്ലോ. കിരീടം താൻ വിട്ടുകൊടുക്കുന്നില്ല. ഇരട്ടകളേക്കാൾ മിടുക്ക് തനിക്കു തന്നെ.

ഇനി അര നാഴിക കൂടി. സൂര്യൻ ആധി പിടിപ്പിക്കാനായി അരിച്ചരിച്ചു നടക്കുകയാണ്. ജനക്കൂട്ടം അക്ഷമയോടെ നോക്കി നില്ക്കുന്നു. കൊട്ടാരത്തിന്റെ മുകൾനിലയിൽ പത്മിനി മഹാറാണിയെ ആനയിക്കുന്ന ഘോഷം കേൾക്കാം. പുറത്തേക്ക് വരാൻ വയ്യാത്തതുകൊണ്ട് അവർ മുകളിലിരുന്നു കാണുകയാണ്. ആദ്യമായാണ് അവർ സഭയ്ക്കു പങ്കെടുക്കാൻ വരുന്നത്. ചാരുചിത്രന്റെ അഭിഷേകത്തിനു പോലും അവർ വന്നില്ല. പേരക്കുട്ടിയുടെ പരാജയം കാണാനാണോ ഒടുവിൽ അവർക്കു വരാൻ തോന്നിയത്? താങ്ങിപ്പിടിച്ചുകൊണ്ടു വരുന്നത് മാലിനിയാണ്. അനാവശ്യമായി തിളങ്ങുന്ന ഉടയാടകൾ കണ്ടാലറിയാം. അവർക്കു പിന്നിൽ ആരോ ഉണ്ട്. അയാൾ തറപ്പിച്ചു നോക്കി. ഹർഷൻ. അത്ഭുതമില്ല. അവനെന്നും രാജാവിനോടു ചേർന്നു നിന്നിട്ടേ ഉള്ളൂ. അതിവിനയവും വിധേയത്വവും. ചാരുചിത്രനും അവനോടു വല്ല്യ താല്പര്യമായിരുന്നു.

കാര്യങ്ങൾ തന്റെ കൈയിലാവട്ടെ. അവനെ കൊട്ടാരത്തിൽനിന്നു പടിയിറക്കണം. പെട്ടെന്നു സാധിച്ചെന്നു വരില്ല. എന്നാലും നടത്തും. അയാൾ സൂര്യനെ ഒന്നുകൂടെ നോക്കി. കാണികൾ ഒച്ചവെച്ചു തുടങ്ങി. നാല്പതു നാൾ നീണ്ട ആശങ്ക അവസാനിക്കുകയായി. അവൾക്കായുള്ള ആകാംക്ഷയും.

വീണ്ടും മണി മുഴങ്ങി. വീരഭദ്രസ്വാമി തയ്യാറെടുത്തു കഴിഞ്ഞു. ഇനി ഒരു പൂജ കൂടി കഴിഞ്ഞാൽ നട തുറക്കും. അതോടെ കാത്തിരിപ്പിനു വിരാമമാകും. ആരൊക്കെയോ ചിത്രാംഗദ, കുമാരി എന്നൊക്കെ പറയുന്നതു കേട്ടു. അവൾ വരില്ലെന്ന് ഇവരെന്താണ് മനസ്സിലാക്കാത്തത്? ഒന്നും കാണാതെയല്ല അവളെ സ്യമന്തകത്തിനു പിന്നാലെ പറഞ്ഞയച്ചത്. എന്തോ പറയുന്നതിനിടെ അവിചാരിതമായി ഗുഹനാണ് സ്യമന്തകത്തിന്റെ കാര്യം സൂചിപ്പിച്ചത്. വെറുമൊരു പഴങ്കഥയെന്നു തള്ളിക്കളഞ്ഞതാണ്. പക്ഷേ, സുപ്രധാനമായൊരു നിമിഷത്തിൽ അതു പ്രയോജനപ്പെട്ടു. എവിടെയാണെന്ന് ആർക്കുമറിയില്ല. അങ്ങനെയൊന്ന് ഉണ്ടോ എന്നുപോലും സംശയമാണ്. എവിടെച്ചെന്നാണ് അവളതു കണ്ടെത്തുക? അതിനൊക്കെ വർഷങ്ങൾ വേണ്ടിവരും. കേവലം നാല്പതു നാളുകൾകൊണ്ട് അവൾക്കൊന്നും ചെയ്യാനാവില്ല. വജ്രഭൂമിയുടെ നിയമാവലി വിജയിക്കുകയാണ്. അവയുടെ ഏടുകളെ ചോദ്യംചെയ്ത അവകാശി മടങ്ങിയെത്തിയിട്ടില്ല. ജനത്തിന്റെ ഇരമ്പലിനു മൂർച്ച കൂടിവന്നു. സൂര്യൻ അവശതയോടെ ഒരടികൂടി മുന്നോട്ടുവെച്ചു. ഇനിയെന്തിന് അടുത്ത മണിനാദംവരെ കാത്തുനില്ക്കണം? അവൾ വരില്ല. അയാൾക്കുറപ്പുണ്ട്. കാണികളുടെ ആകാംക്ഷ അതിരുവിടുന്നു. ചിലരൊക്കെ വേദിയിലേക്കുള്ള പടികൾ വരെ നടന്നെത്തിക്കഴിഞ്ഞു. ഇനിയവരെ ശാസിക്കേണ്ടത് തന്റെ ഉത്തരവാദിത്തമാണ്. അയാൾ എഴുന്നേറ്റു നിന്നു. സംസാരിക്കേണ്ട സമയമായി. പെട്ടെന്നാണു മൗനം പടർന്നത്. തന്റെ വാക്കുകൾക്ക് അവർ വെമ്പലോടെ കാത്തുനില്പാണ്. പതിനായിരം കണ്ണുകൾ അയാളെ കോറി വരച്ചു.

“അഭിവന്ദ്യനായ മഹാഗുരു, മന്ത്രിമാരേ, പ്രജകളേ, നിങ്ങൾക്ക് ഓരോരുത്തർക്കും അറിയാം. വജ്രഭൂമിയുടെ ഭരണാധികാരി ഇന്നു തിരഞ്ഞെടുക്കപ്പെടുകയാണ്. ചരിത്രത്തിലാദ്യമായാണ് ഒരു അവകാശിയെ തിരഞ്ഞെടുക്കാൻ ഇത്രയും കാലതാമസം വരുന്നത്. കഴിഞ്ഞ സഭയിൽ നടന്നതെല്ലാം നിങ്ങൾ ഓർക്കുന്നുണ്ടാകും. പരമ്പരയെ ചോദ്യം ചെയ്ത അവകാശവാദം. നമ്മുടെ നിയമവ്യവസ്ഥ വാദിക്കു നല്കിയ സമയം ഇന്ന് അവസാനിക്കുന്നു. അടുത്ത മണി മുഴങ്ങുന്നതോടെ.”

പൂർത്തിയാക്കാനാകാതെ അയാൾ വേദിയിൽനിന്നും തെറിച്ചു പോയി. നിലവിളികളും പൊടിപടലങ്ങളും ആകാശം തൊട്ട ആ നിമിഷത്തിൽ ഭൂമി കുലുങ്ങി. വൻ മുഴക്കത്തിൽ എല്ലാവരും കാതു പൊത്തി. മനുഷ്യർ മരണഭയത്തിൽ നടുങ്ങി. എഴുന്നേല്ക്കാൻ

ആവതില്ലാതെ അയാൾ കിടന്നു. ഭൂമി നിശ്ചലയായി. മനുഷ്യർ സ്വസ്ഥരായപ്പോൾ അയാളെ ആരോ പിടിച്ചെഴുന്നേല്പിച്ചു. പൊടി അടങ്ങുന്നതേ ഉള്ളൂ. കണ്ണിൽനിന്നും കറുപ്പു മായ്ഞ്ഞപ്പോൾ അമ്പലമണി നിലംപറ്റി കിടക്കുന്നത് അയാൾ കണ്ടു.

"രാജകുമാരി!"

ആശ്ചര്യത്തിന്റെ ആരവങ്ങൾക്കിടയിലൂടെ അവൾ! ചിത്രാംഗദ! തൊട്ടു പിറകിൽ രാജസേനനും ബലനും ദാസിപെണ്ണും. പേരറിയാത്തൊരു ചെറുപ്പക്കാരനും അകമ്പടി വരുന്നുണ്ട്. അവിശ്വാസത്തിന്റെ ഞെട്ടലകന്ന ജനം ആർപ്പു വിളിയോടെ അവരെ സ്വീകരിച്ചു. താങ്ങിയ കൈകളിൽനിന്നും ബൃഹദ്യുമ്നൻ വഴുതി നിലത്തേക്കു വീണു. ജനക്കൂട്ടത്തിന്റെ മാറ്റം അവിശ്വസനീയമാണ്. അവളുടെ പ്രസംഗത്തിന് കൂവി എതിർപ്പറിയിച്ച അതേ ആൾക്കാർ ഇന്നവർക്കു ജയ് വിളിക്കുന്നു. ഞങ്ങൾക്കു റാണി വേണ്ടെന്നു ആക്രോശിച്ചവർ ആദരപൂർവ്വം തല കുനിക്കുന്നു. ഇക്കഴിഞ്ഞ ദിനങ്ങളിൽ അതിനു മാത്രം എന്താണുണ്ടായത്? മുഖത്ത് വിശാല മന്ദഹാസവുമായി അവൾ തന്റെ നേരെയാണു വരുന്നത്.

"സുരക്ഷ കഠിനമായിരുന്നു. ഞങ്ങൾ വൈകിയില്ലല്ലോ, അല്ലേ?"

അവൾ വേദിയിലേക്കു കയറി. അവളെ ഇപ്പോൾ എല്ലാവർക്കും കാണാം. ഗുപ്തന്റെ മുഖം നീലയാകുന്നത് ബൃഹദ്യുമ്നൻ കിടന്ന കിടപ്പിൽ കണ്ടു. അയാളും നിസ്സഹായനാണ്. ഖരൻ തിരക്കിട്ടു വേദിയിലേക്കു കയറി. അവൾക്കു പിന്നിലായി നില്ക്കുന്നു! രാജസേനൻ അവനോടെന്തൊക്കെയോ കുശുകുശുക്കുന്നു. അയാൾ നിലത്തു കുത്തിയിരുന്നു. ഇനി തനിക്കൊന്നും ചെയ്യാനില്ല. തന്റെ യാത്ര ഇവിടെ അവസാനിക്കുന്നു.

മഹാഗുരു പതിയെ എഴുന്നേറ്റു, അദ്ദേഹത്തിന്റെ കാലുകൾ ഇടറുന്നുണ്ട്. അയാളോട് എഴുന്നേറ്റു വരാൻ ആംഗ്യം കാട്ടി. സഭയുടെ അദ്ധ്യക്ഷൻ മുഖ്യമന്ത്രിയാണ്. അയാൾക്ക് എഴുന്നേല്ക്കാനാവുന്നില്ല. കാലുകൾ തളർന്നുപോയിരുന്നു. ഗുരു രണ്ടാമതു വിളിക്കാൻ നിന്നില്ല. ചിത്രാംഗദയോട് മുന്നിലേക്കു നീങ്ങിനില്ക്കാൻ ആവശ്യപ്പെട്ടു. എന്നിട്ട് കൈകളുയർത്തി ആൾക്കൂട്ടത്തെ അഭിസംബോധന ചെയ്തു.

"ശാന്തത."

* * * * * *

ചിത്രാംഗദയുടെ കൈകൾക്കുള്ളിൽ അതു മിനുങ്ങുന്നത് അയാൾക്കു കാണാം. നഷ്ടപ്പെട്ടെന്നു കരുതിയ സ്യമന്തകം അയാളുടെ കൈയകലത്തിൽ! ആൾക്കൂട്ടത്തിന്റെ ആരവത്തിനു വിലങ്ങിട്ട് അവൾ സംസാരിക്കുകയാണ്. ഒന്നു വേഗം നിർത്തിയിരുന്നെങ്കിൽ. ഇനി ഒരു നിമിഷംകൂടി കാത്തിരിക്കാൻ അയാൾ തയ്യാറല്ല. ഒരുപാടു കാലമായി.

വിധി ഇനിയെങ്കിലും തന്നോടു കരുണ കാണിക്കണം. അതയാൾക്കു കൈകൾക്കുള്ളിൽ വേണം. തന്റെ കൈവെള്ളയിൽ സ്യമന്തകം അമരുന്നത് പരലോകത്ത് അവളറിയണം. അവളിൽ എത്ര അഗ്നിയിലെരിഞ്ഞിട്ടും കാര്യമില്ല. എന്നെന്നേക്കുമായി താൻ ജയിച്ചു. തനിക്കു നഷ്ടമായ യൗവനവും സമ്പത്തും പദവിയുമെല്ലാം സ്യമന്തകത്തിനു തിരിച്ചു തരാനാകും. പക്ഷേ, അവൾക്കിനി മടങ്ങി വരവില്ല. പരലോകത്തിന്റെ വാതിൽപ്പടിയിൽ അവൾ തലയടിച്ചു കരയണം.

ഭാനുമതി! ഒന്നിനുമല്ലാതെ സ്വയം ദഹിപ്പിച്ചവൾ. തന്റെ പ്രിയപ്പെട്ട കൂട്ടുകാരി. ജീവൻ പോലും അവൾക്കായി കൊടുക്കുമായിരുന്നു. അച്ഛന്റെ മരണശേഷമാണ് കൊട്ടാരത്തിലേക്ക് താമസം മാറുന്നത്. ഗുരുവിനടുത്തു വെച്ചാണ് അവളെ ആദ്യമായി കണ്ടത്. അവൾ ചിരിച്ചതുമില്ല, മിണ്ടിയതുമില്ല. അവളോട് ചങ്ങാത്തം കൂടാനുള്ള കൊതികൊണ്ട് പല കോപ്രായങ്ങളും കാട്ടി. അവൾ കളിയാക്കി മുഖം കോട്ടി. പൂജയ്ക്കു താമരപ്പൂക്കൾ പറിച്ചു കൊടുക്കാൻ തുടങ്ങിയതോടെയാണ് അവർ സുഹൃത്തുക്കളാകുന്നത്. അവളുടെ തീഷ്ണതയെ അയാൾ സ്നേഹിച്ചു. അവളോട് ആരാധനയായിരുന്നു. ചിലങ്കയിലെ മണികൾ അയാൾക്കു ശത്രുക്കളായി. അവളുടെ പാട്ടു കേട്ടവരേയും നൃത്തം കണ്ടവരെയും അയാൾ വെറുത്തു. കല അവർക്കിടയിൽ മതിലാണെന്ന് അയാൾക്ക് പലപ്പോഴായി തോന്നി. അടുക്കുവാൻ ആഗ്രഹമുണ്ടെങ്കിലും അകലം പാലിച്ചു. അതിനേ അർഹതയുള്ളെന്നു കരുതി. മഹാരാജാവാണ് അയാൾക്ക് അഹങ്കരിക്കാൻ കാരണം നല്കിയത്. അദ്ദേഹം അവരുടെ വിവാഹം പ്രഖ്യാപിച്ചു. അവകാശവും അധികാരവും അംഗീകരിക്കപ്പെട്ടു. വാളല്ല വീണയാണ് അവൾക്കു പ്രിയമെന്ന കിംവദന്തി അയാളും കേട്ടു. അതു വകവെച്ചില്ല. സൈന്യാധിപനായി അഭിഷേകം ചെയ്ത നാൾ. വിവാഹനാൾ പ്രഖ്യാപിക്കുകയാണെന്നു മഹാരാജാവു പറഞ്ഞപ്പോൾ..... "എനിക്ക് ഈ വിവാഹത്തിനു താല്പര്യമില്ല. ഞാൻ മറ്റൊരാളെ വിവാഹം ചെയ്യാൻ ആഗ്രഹിക്കുന്നു." അപ്പോഴാണവൾക്കു പറയാൻ തോന്നിയത്. നിറഞ്ഞ സഭയിൽ. കൊന്നൊടുക്കുന്ന യോദ്ധാവിനെ വേണ്ടെന്ന്. തല കുനിഞ്ഞു. മഹാരാജാവിന്റെ വാക്കിന് വജ്രകാഠിന്യമെന്നാണ് പറച്ചിൽ. അതു പൊള്ളയാണെന്ന് അന്നറിഞ്ഞു. മകളുടെ ഇഷ്ടമാണു പോലും മുഖ്യം. തന്റെ ഇഷ്ടവും താല്പര്യവും ആരും ചോദിച്ചില്ല. വിവാഹനാൾ പ്രഖ്യാപിക്കാൻ ഒട്ടും വൈകിയില്ല. സുരക്ഷയൊരുക്കുന്ന ദൗത്യം സൈന്യാധിപന്.

കൊട്ടാരത്തിൽ തനിക്കാരുമില്ലെന്ന സത്യം തിരിച്ചറിഞ്ഞു. ഒറ്റപ്പെടലും വേദനയും അപമാനവും. കൊട്ടാരം വിട്ടു. എങ്ങനെയോ നാഗന്മാർക്കടുത്തെത്തി. തന്റെ വേദന അവർ ഏറ്റെടുക്കുകയായിരുന്നു. ധിക്കാരിയായ രാജകുമാരിയെക്കൊണ്ട് മാപ്പു പറയിക്കാൻ പുറപ്പെട്ടു. മുറിവേറ്റ യോദ്ധാവിന്റെ മനം പ്രക്ഷുബ്ധമായ കടലാണ്. എല്ലാം നശിപ്പിച്ചേ അടങ്ങൂ. വാൾ കൈയിലേക്കു വന്നപ്പോൾ അയാളിലെ

വെറുപ്പും പകയും വിദ്വേഷവുമുണർന്നു. ആദ്യം അവന്റെ അറയിലേ ക്കാണ് ചെന്നത്. വിവാഹ സ്വപ്നത്തിൽ നിന്നുണർത്തി ഒറ്റവെട്ടിന് കാലപുരിക്കയച്ചു. ജീവിക്കാൻ അവനനുവാദമില്ല. നശിച്ച വീണയുടെ തന്ത്രികൾ നുറുക്കി, അതിനു തീയിട്ടു. നാഗന്മാർ കണ്ണിൽ കണ്ടവരെ യെല്ലാം കൊന്നുതള്ളി. അലങ്കരിച്ചു സുന്ദരമാക്കിയ കൊട്ടാരം നിമിഷനേരംകൊണ്ടു കുരുതിക്കളമായി. മഹാരാജാവിന്റെ ഛേദിക്കപ്പെട്ട ശിരസ്സ് ചാമരം വീശാൻ ആരുമില്ലാതെ വഴിയിൽ കിടന്നുരുണ്ടു. ചോരയുടെ മണം പേറിയ പൂക്കൾ ചതഞ്ഞരഞ്ഞു ചത്തു. അലറിയടുത്ത ഓരോ സേവകനെയും വെട്ടി വീഴ്ത്തി മുന്നോട്ടു നടന്നു. അറയുടെ വാതിൽ ചവിട്ടിത്തുറന്നപ്പോഴേക്കും തീ വിശപ്പടക്കിയിരുന്നു. അയാൾ തോറ്റു. ആ നിമിഷം അയാളവിടം വിട്ടു. പിന്നിലെന്തു നടന്നെന്ന് നോക്കിയില്ല.

അലഞ്ഞു നടന്ന മനസ്സിനെ തളയ്ക്കാൻ കൂട്ടായത് അഘോരനാണ്. അയാളുടെ പാഠങ്ങൾ മനസ്സിന് ശാന്തതയേകി. ക്രോധത്തെയും വെറുപ്പിനെയും നിയന്ത്രിക്കാൻ പഠിച്ചു. എങ്കിലും ഒരു മോഹം നിന്നു. അവളെ കാണണം, ഒരുവട്ടമെങ്കിലും. എന്തിനെന്ന് മോഹിച്ച മനസ്സിനും രൂപമുണ്ടായിരുന്നില്ല. ഗുരുവിനോടും മറച്ചുവെച്ചില്ല. വാത്സല്യ നിധിയായിരുന്നു അദ്ദേഹം. പ്രിയശിഷ്യന്റെ ആഗ്രഹം പൂർത്തിയാക്കി മഹാമായ ചമച്ചു. കാലത്തെ പ്രീതിപ്പെടുത്തി. ഭൂതകാലത്തേക്ക് അയാളെ കൊണ്ടുപോയി. അവിടെ അവൾ നിസ്സംഗതയോടെ മാറിയിരിക്കുന്നത് അയാൾ കണ്ടു. അടുത്തു ചെന്നപ്പോൾ മുഖമുയർത്തി നോക്കി. തിരിച്ചറിവിന്റെ വേളയിൽ കണ്ണിൽനിന്നും തീ പാറി. അയാളെ രക്ഷി ക്കാനായി ഗുരു മരണത്തെ സ്വീകരിച്ചു. ഒരു മരണംകൂടി അയാൾക്കു താങ്ങാനായില്ല. തന്നെ സ്നേഹിച്ചതാണോ ഗുരുവിന്റെ തെറ്റ്? ആ വയോ വൃദ്ധന്റെ മൃതദേഹം വലം വെച്ചിറങ്ങുമ്പോൾ മനസ്സിൽ ഒന്നുറപ്പിച്ചു. ഇനിയില്ല വാശിയും വെറുപ്പും നഷ്ടമേ ഉണ്ടാക്കൂ. ഗുരു പുത്രനെ ഭയന്ന് മടങ്ങി. എങ്ങോട്ടെന്നില്ലാതെ. അവസാനമാണ് വജ്രഭൂമിയിലെത്തിയത്. ഇവിടത്തെ ജനത തന്നെ സ്വീകരിച്ചു. അവരുടെ മഹാഗുരുവാക്കി. അന്നു മുതൽ സാത്വിക ജീവിതമാണ്.

ഇപ്പോഴെന്താണു തനിക്ക് സംഭവിക്കുന്നത്? അറുപത് വർഷത്തെ കഠിനവ്രതവും പരിശീലനവുമൊക്കെ പാഴാവുകയാണല്ലോ. മറവിയുടെ തിരകൾ കൊണ്ടുപോയെന്നു കരുതിയതൊക്കെ തിരിച്ചു കരയിലേക്ക ടുക്കുകയാണ്. എങ്ങനെയെങ്കിലും സ്യമന്തകം കൈയിൽ കിട്ടിയാൽ മതി. തന്നെ തിരസ്കരിച്ചു തനിച്ചാക്കിയവളാണ് ഭാനുമതി. അവളുടെ വിലയേറിയ സ്വത്ത് തനിക്കു ലഭിക്കുകയാണ്. ഇതുകൊണ്ട് അയാൾ ക്കൊന്നും നേടാനില്ല. സമ്പത്തൊന്നും മനസ്സിൽ പോലുമില്ല. പക്ഷേ, ഇതിന്റെ ശക്തി ഉപയോഗിച്ച് അയാൾക്ക് അവളെ വിളിച്ചു വരുത്താം. ഭൂതകാലത്തിൽനിന്നും അവൾക്കുവരേണ്ടി വരും. സ്വയമെരിഞ്ഞും ഗുരുവിനെ തട്ടിയെടുത്തും അവൾ മുഖം തരാതെ രക്ഷപ്പെട്ടു. ഇനിയതു

നടക്കില്ല. മരണത്തിനും അവളെ മറയ്ക്കാനാകില്ല. ഏതു ലോകത്തിൽ നിന്നും അവളെ മുന്നിലെത്തിക്കാൻ തനിക്കു പറ്റും. ജീവൻ കൊടുക്കാനാകില്ലെന്നു മാത്രം. അഹങ്കാരിയായ സ്ത്രീക്ക് ഇതിലും വലിയ തോല്വിയുണ്ടാകില്ല. ഉള്ളിൽ വെറുപ്പ് നുരഞ്ഞു. വാർദ്ധക്യത്തിനു താങ്ങാനാവാത്ത വിധം ഉള്ളിൽ പക വിറച്ചു. പ്രതികാരം മിഠായിപോലെ കൊതിപ്പിക്കുന്നു. പ്രതിരോധിക്കാനുള്ള കരുത്തുചോർന്നു. കുത്തിയൊലിച്ച വ്രണങ്ങൾക്ക് അയാൾ വഴിപ്പെട്ടു.

"ഞാനിത് മഹാഗുരുവിനെ ഏല്പിക്കുന്നു."

കൈ നീട്ടാൻ വൈകിയില്ല. വിരലുകൾ വല്ലാതെ വിയർക്കുന്നു. അവസാനം.

വീണയുടെ സ്വരമാണോ? ആകാശത്തുനിന്നും ഒരു സംഗീതം ഒഴുകിപ്പരന്നു. അതെ. പരിചിതമായ രാഗത്തിൽ ആരോ വീണ മീട്ടുന്നു. എവിടെ നിന്നാണു കേട്ടതെന്നും അയാൾക്ക് ഓർമ്മ വന്നു. അതേ താളത്തിലൊരു ചിലങ്കയും കിലുങ്ങുന്നു! അയാൾ കൈ വലിച്ചു. സ്യമന്തകം നിലത്തു പതിച്ചു. സ്യമന്തകം ഭൂമി തൊട്ടപ്പോൾ സൂര്യൻ ചുവന്നു. രത്നത്തിൽനിന്നും പ്രഭ ചിതറി. പ്രഭാവലയം അയാളെ അന്ധനാക്കി. ചിലങ്ക തനിക്കു ചുറ്റും നിറുത്താതെ കിലുങ്ങുന്നത് അയാൾ വിറങ്ങലിച്ചു കേട്ടുനിന്നു. വീണയുടെ തന്ത്രികൾ ഓരോന്നായി പൊട്ടി. നൃത്തം രൗദ്രഭാവത്തിലേക്കുയർന്നു. അവസാനത്തെ തന്ത്രിയും മൃതിയടഞ്ഞപ്പോൾ പ്രഭാവലയം അയാളെ വിഴുങ്ങി.

* * * * * *

നാളെയാണ് ചിത്രയുടെ അഭിഷേകം.

മഹാഗുരുവിന്റെ നിര്യാണത്തിന്റെ ദുഃഖാചരണം അവസാനിച്ചു. ബൃഹദ്യുമ്നൻ രാജിവെച്ചതുകൊണ്ട് ഇടക്കാലഭരണം രാജസേനനായിരുന്നു. അഭിഷേകത്തിനുള്ള ഒരുക്കങ്ങൾ അദ്ദേഹം അതീവകാര്യക്ഷമമായി നടത്തിയിട്ടുണ്ട്. ഓരോ മൂലയും വിട്ടുപോവാതെ അലങ്കരിച്ചിരുന്നു. ആർക്കും തെല്ലൊന്നു നില്ക്കാനുള്ള സമയം പോലുമില്ല. അതിനിടയിലൂടെയാണ് മന്ത്രിസഭ വിപുലീകരണത്തിനുള്ള തിരഞ്ഞെടുപ്പ്. ഗുപ്തൻ എവിടെ പോയെന്ന് ആർക്കുമറിയില്ല. നായാട്ടിനു പോയി മരണപ്പെട്ടുവെന്നും കേൾക്കുന്നുണ്ട്. സഹോദരവിയോഗം കൊണ്ടാവണം ഗുഹൻ ജ്വരം ബാധിച്ചു കിടപ്പിലാണ്. ബോധം മിന്നി മറഞ്ഞു കൊണ്ടിരിക്കുന്നു. മന്ത്രിസഭയിലിപ്പോൾ രാജസേനനും പ്രസേനനും മാത്രം. ബലന് മന്ത്രിസ്ഥാനം ഉറപ്പാണ്. എന്നിട്ടുമയാൾ സേവകർക്കൊപ്പം അലങ്കാരപ്പണികളിലാണ്.

പൊതുസഭയുടെ പര്യവസാനം വരെയേ ദത്തൻ അവിടെ നിന്നുള്ളൂ. ഗുരുവിന്റെ ശേഷക്രിയകൾ അയാൾ കൊട്ടാരത്തിലെത്തിയ നാളാണു നടന്നത്. അനിരുദ്ധന്റെ മരണം അമ്മാവനെ തളർത്തിയിരിക്കുന്നു. കിരീടം തനിക്കു തന്ന് വിശ്രമിക്കണമത്രെ. പതിനാലു നാളുകൾ. അതു

കഴിഞ്ഞാൽ ദേവദത്തൻ രൂപൽ നഗറിന്റെ മഹാരാജാവാണ്. അജയഘോഷന്റെ മകൻ ദേവദത്തൻ! ഇപ്പോഴും അവിശ്വസനീയമായി തോന്നുന്നു. അതിനുമുമ്പ് അവളെ കാണാൻ വന്നതാണ്. കൊട്ടാരത്തിൽ വല്ലാത്ത ഏകാന്തത തോന്നിയിരുന്നു. അവിടെ കൂട്ടുകാരൊന്നുമില്ലാത്തതല്ലേ.

അഭിഷേകത്തിന് മുഹൂർത്തം അടുത്തുവരുന്നു. ഇനി അവളെ തനിച്ചു കാണാൻ കിട്ടുമെന്നു തോന്നുന്നില്ല. അതാണ് അളകയോട് ഇപ്പോൾ വരാൻ പറഞ്ഞുവിട്ടത്. ബുദ്ധിമുട്ടായാലും അവൾ വരുമെന്നുറപ്പുണ്ട്. ഒഴുക്കിലെ ഇല പോലെയായിരുന്നു ഇതുവരെ. ഇനിയൊരു കുത്തൊഴുക്കിലും നില തെറ്റാതെ ഉറപ്പിച്ചു നിർത്തിയത് അവളാണ്. അജയഘോഷന്റെ മകനായി പിറന്നതുകൊണ്ട് തനിക്ക് അവകാശം നിഷേധിക്കപ്പെട്ടു. പെണ്ണായി പിറന്നതുകൊണ്ട് അവൾക്കും. പക്ഷേ, അവൾ അസ്തിത്വത്തിൽ മുറുകെ പിടിച്ചപ്പോൾ താനതിൽ നിന്നും ഓടിയകലാനാണു ശ്രമിച്ചത്. ലജ്ജാവഹമായ ഒളിച്ചോട്ടം. പ്രതീക്ഷയുടെ ശക്തി പഠിപ്പിച്ച് അവൾ മുന്നേറാൻ കരുത്തുനല്കി. എല്ലാവരും അവൾക്ക് സമ്മാനങ്ങൾ നല്കിക്കാണും. കുമുദിനി തന്നെ എന്തെല്ലാമാണ് കൊടുത്തയച്ചത്! താൻ മാത്രം ഒന്നും ..... എന്തു കൊടുക്കണമെന്ന് മനസ്സിലാവാഞ്ഞിട്ടാണ്. അവളോടു തന്നെ ചോദിക്കാം.

"മഹാരാജാവേ."

അവൾ വന്നു. അവളിത്ര സുന്ദരിയായിരുന്നോ? അതോ താൻ ശ്രദ്ധിക്കാതിരുന്നതോ? "മഹാറാണിക്കും പ്രണാമം."

"അഭിഷേകം കഴിഞ്ഞിട്ടില്ല."

"എന്റെയും."

അവൾ ചിരിച്ചു. "സമ്മാനങ്ങളെല്ലാം കിട്ടി. കുറെ അധികമാണ്. കുമുദിനിയോടു നന്ദി പറയണം. അവരുടെ ഉപഹാരങ്ങളാണ് എനിക്കേറ്റവും ഇഷ്ടമായത്."

"തീർച്ചയായും പറയാം. ഭാവിരാജാവിന്റെ മുഖ്യ ഉപദേഷ്ടകയ്ക്ക് സന്തോഷമാകും."

"ഓഹ്!" അവൾ പെട്ടെന്നു നിന്നു. കണ്ണുകൾ എന്തിലോ തറച്ചുപോയതാണ്. മറ്റെവിടെയാവാൻ? ആകാശത്തിൽ തന്നെ. ആകാശവും അതിലെ മേഘങ്ങളും താരങ്ങളും ചന്ദ്രനുമൊക്കെ അവളെ ഇത്രമാത്രം ആകർഷിക്കുന്നതെന്താണാവോ? അവനും തിരിഞ്ഞുനോക്കി. അങ്ങകലെ ചക്രവാളത്തിലേക്ക് പറക്കുന്ന രണ്ടു പക്ഷികൾ. വിശാലമായ ആകാശത്തിലെ രണ്ടു പൊട്ടുകൾ. ഒരേ വേഗത്തിലും താളത്തിലുമാണവ പറക്കുന്നത്. ലക്ഷ്യവും ഒന്നുതന്നെ. അവയുടെ ചിറകുകൾ പക്ഷേ, കൂട്ടിയുരസുന്നില്ല. ഓരോന്നും അതിന്റേതായ ആകാശത്തിലാണ് പറക്കുന്നത്. തിരിഞ്ഞ് അവളെ നോക്കിയപ്പോൾ അവനു ചിറകുകൾ മുളച്ചു.

www.ingramcontent.com/pod-product-compliance
Lightning Source LLC
LaVergne TN
LVHW040824051026
849519LV00007BA/2742